D9900404

[illegible]
బరమవివేకబుద్ధి సముపాసన సేసి తదంతరార్థముల్
కరబదరంబుగా నెఱుఁగఁగల్గిన తత్సుకృతాతిరేకముం

సీ. దేవతాభక్తి నిర్జీవమై యల్లాడ
వర్ణాశ్రమస్థితుల్ వఱదఁ గలియ
దాంపత్యధర్మముల్ తరలిపోవఁగ-ముండ్ల
కంచెల వేదమార్గములు చెడఁగ
స్మృతివాఙ్మయము దుర్విమృతులఁ గుంగఁగ నిర
క్షరకుక్షులకు బుధస్థాన మబ్బ
వంచనానిపుణుండు వాచంయముఁడు గాఁగ
నాత్మబుద్ధి ప్రమాణమై తనర్ప
గీ. దినదిన మ్మిటు చెలరేఁగి దెసలు గ్రమ్మ
కొను కలివిలాసమున కోటగొనక, భార
తీయధర్మము వెలయించితిరి ప్రశస్తి
పాత్రముగఁ బీఠికాపురీపౌరులార!

శా. బాలవ్యాసుఁడు వారణాసికులసుబ్రహ్మణ్యదోషజ్ఞచూ
డాలంకారము సత్సరత్రియ మఖండశ్రద్ధఁ బ్రత్యక్షరం
బాలోకించుచు దుర్విమర్శములఁ బాయందోఁచి, బోధింపమీ
రాలింపం గనినారు భారతము నాహా యెంత పుణ్యాత్ములో!

ద్వారణరాజుచే దశరథక్షితిపాత్మజప్రశస్తకావ్య మిం
పారఁగ నాలకించి ముదితాత్ముల్గరె మఱిమండితంబు బం
గారపు సింహకంకణయుగంబును గాన్కఁగ నిచ్చి, గొప్పస
త్కార మొనర్పరే? మఱియు గాటపు భక్తిని నేఁడు నమ్మహా
దారు సనర్ఘకమ్రకనకాంబరభూషితుఁ జేయలేఁడె? మె
ప్పారలయందు నేని గనవచ్చునె యింతటి యాస్తికత్వ, మీ
తీఱగు దైవభక్తియు సుధీజనరక్తియు ధర్మసక్తియున్?
భారతదేశ మెల్ల నొకనాటికి నేనియు వీరిఁ గాంచి యీ
దారినిబట్టి ధర్మసుకృతంబుల ధన్యతఁ గాంచు నంచు ని
ర్ధారణ మాచరింపఁ గలధైర్యము గంటి సపుత్రపౌత్రులై
వీరలు ధర్మమార్గమును వీడక పాడియుఁ బంటలున్ సిరుల్
తోరముగాఁగ వర్ధిలుత ధూర్జటి కుక్కుటనాథు సత్కృపన్

పీఠికాపురము. సర్వజిన్మాఘశుద్ధై కాదశీశనివారము.	ఇట్లు, 'విద్వాన్, కవితాభూషణ' వెంపరాల సూర్యనారాయణశాస్త్రి.

విషయముపై ముందు ప్రస్తావింతము.

—• వాల్మీకి నిషాదత్వ నిరాకరణము •—

వాల్మీకిశబ్దార్థనిర్వచన మిట్లున్నది.

గోవిందరాజీయవ్యాఖ్యానము—

ఉక్తంచ బ్రహ్మవైవర్తే—

అథాబ్రవీ న్మహాతేజా బ్రహ్మా లోకపితామహః ।
వల్మీకప్రభవో యస్మా త్తస్మా ద్వాల్మీకి రిత్యసౌ ॥

ఈవచనము, వల్మీకభవుడగుటచే వాల్మీకి యయ్యె నని చెప్పుచున్నది. బ్రాహ్మణునకు శూద్రస్త్రీయం దుద్భవించినవాడు నిషాదుడు అని ప్రతివాదులు అనుచున్నారు. అట్టినిషాదత్వము వల్మీకసంభవుడైన వాల్మీకియం దుండు టెట్లు? నిషాదశరీరము వేరు. వాల్మీకిశరీరము వేరు. కనుక వాల్మీకిత్వనిషాదత్వములు విరుద్ధధర్మములు వాల్మీకి నిషాదుడే అని ధర్మఖండాదులలో గలదందురా? అట్లు లేదు. వాల్మీకి బ్రహ్మర్షి యనియు విప్రు డనియు ద్విజు డనియు నున్నది విజయుడను వాడు నిషాదుడని యున్నది. విజయుడు నిషాదుడని యున్నపుడు ఆవిజయుడే తుదకు వాల్మీకి యయ్యెనుకనుక వాల్మీకిని నిషాదు డని చెప్పి నట్లే యని భావింపరాదు, వాల్మీకి తపోవినిహతపూర్వదేహుడై తేజ

వులు గోచరించి కొన్నివిషయము లుపదేశింపగా తన్మూలమున నాతడు తనదుర్వ్యాపారములు గర్హించుకొనుచు, సంసారవిరక్తుడై నా కొక మంత్రి ముపదేశించి రక్షింపు డని వేడుచు నిర్బంధింప వసిష్ఠమహర్షి యీతనికి మంత్రోపదేశ మెట్లని ధ్యానించి ఆసమయమున తనకు స్ఫురించిన ప్రకారము వ్యత్యస్తరామమంత్రి ముపదేశింపదలంచి____

ఆ. చోర! చోర! రార సుగుణోత్తరుండవు
మంత్రి మొసగువాడ మసల కెపుడు
జపము చేసెదేని యపవర్గ మొదవు ని
కనిన వాడు ప్రముదితాత్ము డగుచు.

వ. నమస్కరించి యిట్లనియె.

క. గురువర! నీసత్కరుణా
గరిమగా భవసాగరంబు గడచెద మును సా
గరతరణం బొనరించిన
హరిసేవకుడైన హనుమయట్ల కపికీర్తిగా.

వ. అనిన విని వసిష్ఠుండు తనమనంబున నిట్లని వితర్కించె.

వ. ధనహరణార్థబుద్ధియగు తస్కరు డీగతి బల్కువాడె సాం
పున మునిరీతి వీని మది బూని విరక్తి జనింపబోలు నె

ఇట్లనుకొని మునీంద్రు డామంత్ర మాచోరున కుపదేశించెను.

శా. చోరుం డీగతి మంత్రలబ్ధి గని సంశుద్ధాత్ముడై యత్తఱిన్
వైరాగ్యంబున సర్వవస్తువితతుల్ వర్జించి నిస్సంగుడై
ప్రారబ్ధాశుభకర్మసంహతులు శార్యన్ మీఱి నిర్దంభతన్
ప్రారంభించె దపంబు సల్ప సుజనవ్రాతంబు లోహో! యనన్.

వ. అనుదినంబును త్రిషవణస్నాయియు, యతవాక్కాయమానసుం
డును, సర్వభూతదయాయుక్తుండును, అధశ్శాయియు, జితేం
ద్రియుండును నగుచు ఫలమూలజలపర్ణానిలశాకభక్షణంబు లొన
రింపుచు నియతాహారుండై ... బాహ్యంబు మఱచి పవనంబు
బంధించి తపంబు సలుపుచుండె....

క. ఖగములు శిరమున గూళ్ళిడ
మృగములు శృంగముల గ్రుమ్మ మేనుల నొరయన్
నగముగతి కదల కాతడు
జగములు భీతిల్ల దపము సలుపగ దొడగెన్.

తే. గీ. మశకపంక్తులు చీమలు మక్షికములు
కరచి రక్తంబు గ్రోలుచు నెఱచి దినగ
జర్జరితగాత్రు డయ్యు నిశ్చలత నతడు
సద్గురూక్తక్రమంబున జపము సేయు.

నితో బృహస్పతి యిట్లనెను.

తే. గీ. అతని కత నీకు భయమేల యమరరాజ!
అతడు వల్మీకమున బుట్టి యతులతేజ
మమర వాల్మీకి యనగ బ్రహ్మర్షి యగుచు
వెలసి రామాయణము సేయగలడు సుమ్మి.

వ. అది విని యింద్రుం డిట్లనియె.

ఆ. తనదు మేనితోడ మనుజు డచ్చెరువుగ
నెట్లు పుట్టుబుట్టు నిదియుగాక
బహుళజన్మదుర్లభం బగు విప్రత్వ
మెట్లు గలుగు నతని కెఱుగజెపుమ

వ. అన విని యాబృహస్పతి యి ట్లనియె.

ఉ. చీమలు పాము లీగలును జేరగ జెందగరాని యట్లుగా
నామహితాత్ము మేనిపయి నావరణంబుగ నొక్కపుట్ట శ్రీ
రాము డొనర్చు భక్తజనరక్షణదక్షుడు గాన వాతవ
ర్షామితబాధ నొందక తదందు వసించు ననేకవర్షముల్.

తే. గీ. అతడు కారణదేహపర్యంత మట్ల
దగ్ధకల్మషుడై యందు దపము సల్పి

ఘనపుణ్యుడ నైతి మిమ్ము గాంచుట కతనన్.

వ. అని పల్కి నాసమయంబున భగవంతుండైన వసిష్ఠమునీంద్రుం డతనికింబ్రచేతసునిచేత వేదోక్తక్రమంబున జాతకర్మాద్యఖిలసంస్కారంబులు సేయించి శ్రీపూర్వకంబుగా రామనామమంత్రం బుపదేశించిన నవ్వాల్మీకియుం దపోవినిహతపూర్వదేహుండును, గృతకృత్యుండును నై నిర్మలత్వంబునం దేజరిల్లె...యిట్లనియె"

ఇదియే ప్రతివాదులు తమమాటకు ప్రమాణముగా జూపిన ధర్మఖండములోని కథ ఇందున్న దొకటి. ప్రతివాదు లన్నదొకటి.

ఈగ్రంథములో నింద్రబృహస్పతిసంవాదమున నున్న విషయములు గమనింపదగినవి—"అతడు కారణదేహపర్యంతము దగ్ధకల్మషుడై యంత గ్రమ్మర దివ్యదేహంబు దాల్చి పుట్టుబ్రహ్మర్షి యగుచు నప్పాత్రయందు వన్నెతక్కువ హేమంబు వహ్నియోగమహిమ గుందన మగు గతి నాపులిందుడు ద్విజు డగు నమరవర్య" అని యుండుట చేతను, కడపటి వచనములో 'తపోవినిహతపూర్వదేహుడు' అని చెప్ప బడుటచేతను, నిషాదుడైన విజయుని శరీరము తపోవిశేషముచే నిహతము కాగా మరల దివ్యదేహము దాల్చి బ్రహ్మర్షియై వాల్మీకి పుట్టె ననియు, వన్నెతక్కువ హేమము వహ్నియోగమున కుందనమైనట్లు ఆవిజయుడు తపోవిశేషమున బ్రహ్మర్షి యగుట యుపపన్న మనియు బోధింపబడినది. ఇట్టిస్థితిలో కుందనమును వన్నెతక్కువబంగార మని

జాతకర్మాద్యఖిలసంస్కారంబులు 'సేయించె' నని చెప్పఁబడుటచే వాల్మీకిది జన్మాంతర మనియు వైదికసంస్కారము లన్నియు ప్రచేతసునిచే బొందుటవలన వాల్మీకి ప్రాచేతసు డయ్యె ననియు స్పష్టమైనది.

'జన్మముచే బ్రాహ్మణు డైనగాని వేదర్షి కాడనుట వెఱ్ఱి' అని వ్రాసిన ప్రతివాదుల కెంత వెఱ్ఱియో! వేదవ్యాసుఁడు, వాల్మీకి జన్మముచే బ్రాహ్మణులే యగుచుండ వాల్మీకి జన్మముచే బ్రాహ్మణుడే యని వారు పేర్కొనిన ధర్మఖండమే నిరూపించియుండ నట్లు వ్రాసిన ప్రతివాదులకు వెఱ్ఱియా? బుద్ధియా?

ఇక దీనిని విడిచి వేదవ్యాసమహర్షి యందు ప్రతివాదు లారోపించిన నిషాదత్వమును గూర్చి పరిశీలింతము.

—♦ వేదవ్యాసనిషాదత్వనిరాకరణము ♦—

"బ్రాహ్మణునకు శూద్రస్త్రీయం దుద్భవించినవాఁడు నిషాదుఁడు. వ్యాసుని తండ్రి బ్రహ్మర్షి యగు పరాశరుఁడు. తల్లి దాశకన్య. కాన వీరికిబుట్టిన వ్యాసుఁడు నిషాదుఁడు" అని ప్రతివాదుల వ్రాత.

వీరిట్లు వ్రాయుట కాధారము మనుస్మృతివచనము. అది యిట్లున్నది.

బ్రాహ్మణా ద్వైశ్యకన్యాయా మంబష్ఠో నామ జాయతే।
నిషాద శ్శూద్రకన్యాయాం యః పారశవ ఉచ్యతే॥

స్సంజ్ఞాన్తరేణ పారశవ శ్చోచ్యతే.

దీనినిబట్టి వివాహిత మైనశూద్రకాంతయందు బ్రాహ్మణుని వలన జన్మించినవాడు నిషాదు డని తేలినది ఇప్పుడు దాశకన్య యన బడుచున్న వ్యాసజనని యగు సత్యవతీదేవి పరాశరునిచే వివాహితయు, శూద్రకాంతయు నైననాడు ప్రతివాదుల మాట నెగ్గును ఆమె పరాశరునిచే వివాహిత కాదనుట నిర్వివాదము. శూద్రకాంతకూడ కాదు. ఆమె యుత్పత్తి యెట్లు చెప్పబడెనో చూడుడు—— ఉపరిచరవసువు వీర్యమును డేగ తీసికొనిపోవునపుడు యమునానదియందది పడగా నచ్చట నద్రికయను నప్సరస బ్రహ్మశాపమున మత్స్యమైయుండుటచే నామత్స్యము దానిని గ్రహించెను. అంతట మత్స్యము గర్భధారణ చేసియుండెను. పదవమాసమున దానిని జాలరులు పట్టి తీసి దాని కడుపున స్త్రీపురుషరూపములతో నున్న మనుష్యశిశువుల నిరువురజూచి యాశ్చర్యపడి యా వసురాజున కాశిశువుల జూపి వీరు మత్స్య శరీరమునుండి సంభవించిన మనుష్యశిశువు లని చెప్పగా నుపరిచర వసువు అందు మగశిశువును గ్రహించెను ఆశిశువు ధార్మికుడై మత్స్యరాజను ప్రసిద్ధి గాంచెను. ఆడశిశువు మత్స్యముతో సమానమైన వాసన కలిగియున్నది. ఆశిశువును దాశరాజునకు పెంచుకొను మని యిచ్చెను. ఆమె సత్యవతి యనుపేరుతో రూపలావణ్యములు కలిగి గుణవతియై యుండెను ఆమె మత్స్యవాసన

మాసేచ దశమే ప్రాప్తే తదా భరతసత్తమ ॥
ఉజ్జహ్రు రుదరా త్తస్యాః స్త్రీం పుమాంసంచ మానుషమ్ ।
ఆశ్చర్యభూతం తద్గత్వా రాజ్ఞోఽథ ప్రత్యవేదయన్ ॥
కాయే మత్స్యా ఇమౌ రాజన్ సంభూతౌ మానుషావితి ।
తయోః పుమాంసం జగ్రాహ రాజోపరిచర స్తదా ॥
స మత్స్యో నామ రాజాసీ ద్ధార్మికః సత్యసంగరః ।
సా కన్యా దుహితా తస్యా మత్స్యా మత్స్యసగన్ధినీ ॥
రాజ్ఞా దత్తాచ దాశాయ కన్యేయం తే భవిష్యతి ।
రూపసత్త్వసమాయుక్తా సర్వై స్సముదితా గుణైః ॥
సాతు సత్యవతీనామ మత్స్యఘాత్యభిసంశ్రయాత్ ।
ఆసీ త్సా మత్స్యగంధైవ కంచిత్కాలం శుచిస్మితా ।
శుశ్రూషార్థం పితు ర్నావం వాహయన్తీ జలేచ తామ్ ।

(ఆది 63 అ)

ఈగ్రంథసందర్భమునుబట్టి వసురాజు వీర్యమున మత్స్యో దరమునుండి జన్మించిన సత్యవతీదేవిని శూద్రకాంత యను టెట్లు? ఆమె శూద్రకాంత కానపుడు వ్యాసమహర్షి నిషాదు డగు టెట్లు? కనుక ప్రతివాదుల మాట పరాస్తమైనది ఇక సత్యవతీదేవి క్షత్రియ యను వాదమునకు ప్రతివాదుల యాక్షేపములు కొన్ని కలవు. వానిని జూతము—

యీయామెను పోషింపదగినవాడని భావించి యావసురాజు దాశున కామెను పెంపకమున కిచ్చె నని సమాధానము.

క్షత్రియురాలైనచో నామెను దాశుడు తనవృత్తిలో నెట్లు ప్రవర్తింపజేయును?" (పు. 151) అని యాక్షేపము.

దాశుని పోషణములో నానుండుటచే దాశుని వృత్తి యదియే యగుటవలన నాతని శుశ్రూషకై యామె యట్లు చేసియుండె నని సమాధానము.

"వసురాజు వీర్యమున జన్మించుటచే సత్యవతిని క్షత్రియాంగన యందురా? అదియును బొసగదు. వీర్యప్రాధాన్యమునే లెక్క గొనవలసియుండినచో వ్యాసుని వీర్యమువలన బుట్టిన శ్రీశుకుడు మహర్షియు, ధృతరాష్ట్రపాండురాజులు క్షత్రియులు, విదురుడు శూద్రుడు నెట్లయిరి? యిచ్చట వీర్యప్రధానత కాక క్షేత్రప్రాధాన్యమే వన్నెకెక్కును" (పు. 151) అని యాక్షేపము.

ఇచ్చట సత్యవతీదేవి జన్మవిషయమై వీర్యప్రాధాన్యము చెప్పరా దని వ్రాసిన వీరే మరియొకచోట "వ్యాసుడు మొదలగువారు వారితల్లు లేజాతివారైనను బీజప్రాధాన్యతపోవిశేషములచే మహర్షులైరి" (72 పు)

న్యమును చెప్పదలచిరో!

మఱియు వారిచే శూద్రస్త్రీ యని భావింపబడిన సత్యవతి యందు జన్మించిన వ్యాసుని-వారియూహను బట్టి నిషాదు డని చెప్పిన మనుస్మృతి ఆనిషాదునివలన క్షత్రియస్త్రీలయందు జన్మించినవారు క్షత్రియు లగుదు రనియు, శూద్రస్త్రీయందు జన్మించినవాడు శూద్రు డగు ననియు జెప్పెనా?

"యత్రైవ శూద్రో బ్రాహ్మణ్యాం బాహ్యం జన్తుం ప్రసూయతే।
తథా బాహ్యతరం బాహ్య శ్చాతుర్వర్ణ్యే ప్రసూయతే॥ (అ 10)

అని యుత్తమజాతి స్త్రీలయందు హీనజాతీయులచే జన్మించిన వారు అతిహీనజాతీయు లగుదు రని కదా చెప్పుచున్నది. ఈస్థితిలో ప్రతివాద్యభిప్రాయమును బట్టి నిషాదుడైన వ్యాసునివలన జన్మించిన ధృతరాష్ట్రాదులు తల్లి క్షత్రియకాంత యైనను హీనజాతీయులు కాక క్షత్రియు లెట్లయిరి?

అట్లే విదురుని తల్లి శూద్రయైనను నిషాదునివలన జన్మించి నపుడు "జాతో నిషాదా చ్ఛూద్రాయాం జాత్యా భవతి పుక్కసః"(అ 10) అనుమనువచనముచే పుక్కసుడు కావలసిన విదురుడు శూద్రు డెట్లయ్యెను?

అట్లు ప్రతిఘటించుటకు దృష్టాంతసిద్ధి గావలెను. ఆ దృష్టాంత సిద్ధికై ధృతరాష్ట్రాదులు ప్రతిలోమజాతులు. (నిషాదసంజాతులు) కారనవలెను. అట్లనుటకు వ్యాసుడు నిషాదుడు కాడనవలెను. అట్లు నిషాదుడు కా డనుటకు తల్లి యగు సత్యవతీదేవి శూద్రకాంత కాదనవలెను. అట్లనుటకు సత్యవతీదేవి జన్మమందు వీర్యప్రాధాన్యమే యొప్పుకొని తీరవలెను కనుక వ్యాసమహర్షి విప్రుడే. సత్యవతీదేవి క్షత్రియయే, అని సమాధానము. వ్యాసమహర్షివలన జన్మించిన ధృతరాష్ట్రాదులయందు క్షత్రియత్వాదులు ఎట్లు? అను విషయము ముందు చర్చింపబడును.

"ఇంతకును మహాభారతమున సత్యవతికి దాశకన్య,దాశేయి,దాశరాజకన్య అను శబ్దములే చెప్పబడినవి కాని 'వాసవి, వసురాజకన్య' అను శబ్దములు మృగ్యములు" (పు 151) అని యాక్షేపము.

వారికి గనబడక యి ట్లనుచున్నారు. కనపరచుట మనధర్మము.

"తత్రాజగామ భగవాన్ బ్రహ్మా లోకగురు స్స్వయమ్ ।
హిరణ్యగర్భ మాసీనం తస్మింస్తు పథమాసనే ॥
పరివృత్త్యాఽసనాభ్యాసే వాసవేయః స్థితోఽభవత్ (ఆది. అ 1)
"సాతు సత్యవతీనామ మత్స్యఘాత్యభిసంశ్రయాత్ ।
దృష్ట్వైవ సచ తాం ధీమాన్ చకమే చారుహాసినీమ్ ॥
దివ్యాం తాం వాసవీం కన్యాం రంభోరుం మునిపుంగవః (ఆది.అ63)

"వసురాజు రాజైనను ఆతని వీర్యముచే నేజాలరివనితయందో పుత్రీపుత్రు లుద్భవింప బుత్రుఁ జేకొని మత్స్యాధీశుం జేసి పుత్రికను దాశునకె పెంచ నిచ్చియుండును" (పు152) అనియాక్షేపము.

ఆహా! వసురాజు వీర్యము మ్రింగిన మత్స్యమునుండి సత్యవతీ దేవి జన్మించె నని గ్రంథమునం దుండ ప్రతివాదుల దృష్టి జాలరివనితయందు ప్రసరించుటకు కారణ మేమో? ఇప్పట్టున "స్వయం మూఢో ఽన్యాంశ్చ వ్యామోహయతి. శాస్త్రార్థసంప్రదాయరహితత్వాత్. శ్రుతహాని మశ్రుతకల్పనాంచ కుర్వ౯" అను గీతాభాష్య మందలి శంకరభగవత్పాదుల వాక్యము జ్ఞప్తికి వచ్చుచున్నది. ఆసత్యవతీదేవిని పోషించిన దాశుడైనను ఈప్రతివాదు లన్నట్లనియుండలేదు. 'వసురాజు వీర్యమున జన్మించినది, శంతనుమహారాజు వివాహము చేసికొనదగినది' యనియే చెప్పెను. సత్యవతీవివాహసందర్భములో భీష్ముడు క్షత్రియవర్గమును వెంటబెట్టుకొనివెళ్ళి దాశరాజు నడిగినపుడు ఆత డిట్లు చెప్పెను—

"కోఽహి సంబన్ధకం శ్లాఘ్య మీప్సితం యౌన మీదృశమ్।
అతిక్రామ న్న తప్యేత సాక్షా దపి శతక్రతుః ॥
అపత్యం చైత దార్యస్య యో యుష్మాకం సమో గుణైః।
యస్య శుక్రా త్సత్యవతీ సంభూతా వరవర్ణినీ ॥

[illegible] యొక్క పుత్రిక అని చెప్పి 'యస్యశుక్రా త్సత్యవతీ సంభూతా' ఎవ్వని వీర్యమువలన సత్యవతి జన్మించినదో అనుటవలన స్త్రీసంబంధము లేకయే కలిగెనని స్పష్టీకరింపబడినది తరువాత ఉపరిచరవసువు ఈమెను వివాహముచేసికొనదగినవాడు శంతనుమహారాజే యని బహుప్రకారముల జెప్పియుండె ననుటచే సత్యవతీదేవి క్షత్రియయే యని ప్రకటింపంబడినది. ఇట్లే ఆంధ్రభారతము. (ఆది-4అ.)

ఎవ్వనియేని వీర్యంబున నిక్కన్య యుద్భవిల్లె నట్టి యుపరిచరుండను రాజర్షి యీసత్యవతి నొరుల కీవలదు శంతనునకు యిచ్చునది. అనుటం జేసి. .యిట్టి సంబంధ మెవ్వరికి బడయ నగు"

మరియు నీప్రతివాదు లొకచోట వ్రాయుచు "సత్యవతి ... క్షత్రియుడగు శంతనునివలన చిత్రాంగదవిచిత్రవీర్యు లను క్షత్రియులు పుట్టిరి" (పు72) అనిచెప్పియున్నారు. ఆసత్యవతీదేవినే జాలరివనిత యనియు, శూద్రస్త్రీ యనియు వాడిరారు. ఆమె శూద్రస్త్రీయేయైన యెడల నామెకు జన్మించిన చిత్రాంగదవిచిత్రవీర్యులు క్షత్రియులగుట అసంభవము. చూడుడు. మనుస్మృతి. (అ. 10)

"క్షత్రియా చ్ఛూద్రకన్యాయాం క్రూరాచారవిహారవాన్ ।
క్షత్రశూద్రవపు ర్జన్తు రుగ్రోనామ ప్రజాయతే ॥

వ్యా—క్షత్రియా చ్ఛూద్రకన్యాయా మూఢాయాం క్రూర

[illegible]
వ్యాఘాతముకూడ ప్రాప్తించినది. ఈకారణములచే సత్యవతీదేవి జాలరివనితయందు పుట్టె ననుట హేయము. సత్యవతీదేవి ప్రతివాదు లన్నట్లు జాలరివనిత కాదు. శూద్రస్త్రీ కాదు. క్షత్రియయే యని సమాధానము.

"ఆవనిత (సత్యవతి) అందక త్తె యగుటచే బరాశరశంతనులు వరింప నర్హయై యుండెను. ... సత్యవతీసౌందర్యాలాలసు లయియే పైవా రామెను గోరుచుండిరిగాని ఉత్తమక్షత్రియాంగన యను కారణమున గాదు" (పు 152) అని యాక్షేపము.

వారాసత్యవతీదేవిని వరించుటలో కేవల సౌందర్యము కాక కేవల క్షత్రియత్వముగాక నుభయము కారణము. ప్రతివాదిమత ప్రకారము చూడగా శంతను సత్యవతీసంతతికి క్షత్రియత్వమే అసంభవము. ఉభయకారణత్వపక్షములో శంతను సత్యవతీ సంతతికి క్షత్రియత్వము సిద్ధించును కనుక సత్యవతీదేవి క్షత్రియయే యని సమాధానము.

"వ్యాసుని తల్లి కైవర్తకన్యయే యనియు, బ్రాహ్మణేతర వనితలకు జన్మించినవారును బ్రాహ్మణులు కావచ్చు ననియు వజ్రసూచికోపనిషత్తులో గల వాక్యము నింతకు ముందు చూపి యున్నాను. మఱియు భవిష్య దేవీభాగవతవిష్ణుపురాణాదులు

ముచే జానకి యనబడినట్లు వ్యాసజనని క్షత్రియయైనను దాశుని పోషణముచే దాశకన్య యనబడుట కభ్యంతరములేదు.

వజ్రసూచికోపనిషత్తులో బ్రాహ్మణేతరవనితలకు జన్మించినవారును బ్రహ్మర్షులు కావచ్చుననియు, వ్యాసుడు దాని కుదాహరణ మనియు నున్నదట. దీనికై వ్యాసజనని బ్రాహ్మణేతరవనితకదా కావలసి యున్నది. క్షత్రియస్త్రీకనుక బ్రాహ్మణేతరవనితయే. ఇక నాయువ నిషత్తులోని "వ్యాసః కైవర్తకన్యాయామ్" అను వాక్యార్థసిద్ధి యెట్లం దురు కాబోలు. జానకీశబ్దవ్యవహారము అయోనిజయనుటకును, భూపుత్రియనుటకును భంగకరము కానట్లు ఈకైవర్తకన్యాశబ్దము సత్యవతీదేవి క్షత్రియత్వమునకు భంజకము గాదు క్షత్రియయై యుండియు కైవర్తపోషణమును బట్టి కైవర్తకన్య యని వ్యవహరింపబడెను. చూడుడు—(భాగవతము 9 స్కం. అ. 22)

"శంతనోర్దాశకన్యాయాం జజ్ఞే చిత్రాంగద స్స్మృతః ॥"

శ్రీధరీయమ్—

దాశకన్యాయా మితి, ఉపరిచరవసో ర్వీర్యేణ మత్స్యగర్భాదుత్పన్నా కన్యా దాశైః కైవర్తైః పాలితా. అతో దాశకన్యేతి ప్రసిద్ధాయామ్ ॥

క్షత్రియయే యని స్థిరపరుపబడినది. ఇక నీయంశమును విడిచి వ్యాస భగవానునిపై ప్రతివాదుల ఆక్షేపముల నవలోకింతము—

—♦ వ్యాసుడు చండాలజాతిజుడను ప్రసంగము-లన్నిరాకరణము ♦—

"బ్రాహ్మణుడు సితవర్ణుడుగా నుండవలయు నని శాంతిపర్వము న గలదు వ్యాసు డసితవర్ణుడు. మరియు కైవర్తజాతి షోడశ విధచండాలజాతియందును నధమ మని హేమాద్రికృత చతుర్వర్గ చింతామణిలో గలదు అందువలననే వ్యాసుని చండాలజాతిజ డని చెప్పితిని. కాని బ్రహ్మర్షియే" (మ. భా. చ. పు. 153)

ఆహా! చండాలజాతిజు డట! బ్రహ్మర్షియట! ఇది యజ్ఞాన విలసితము. అన్యజాతీయునకు ఆశరీరముతో బ్రహ్మర్షిత్వ మసంభవ మను సంగతి వెనుక వాల్మీకినిషాదత్వనిరాకరణఘట్టములో ధర్మఖండ కథాసందర్భమున నిందర్బృహస్పతిసంవాదమువలన స్పష్టీకరింపబడి యున్నందున ప్రతివాదుల వ్రాత హేయము.

ఇచ్చట 'చండాలజాతిజు డని చెప్పితిని' అను వాక్యములోని చండాలజాతిపదముచే మరల సత్యవతీదేవిని స్పృశించుచున్నట్లున్నది "సతికుడ్యే చిత్రరచనా" అన్నట్లు సత్యవతీదేవియందు ఆ కైవర్తజాతి సిద్ధించినపుడుకదా, దానిపై ప్రతివాదుల మనోరథసౌధనిర్మాణము అది యున్మూలిత మగుటచే వారి మనోరథసౌధము పతితమైనది.

వ్యాసునియందును, శంతనుపుత్రు లగు చిత్రాంగదవిచిత్రవీర్యుల యందును క్షేత్రప్రాధాన్యము కాక వీర్యప్రాధాన్యమునే యొకమూల నంగీకరించుచున్న ఆనోటితో నిచ్చట 'వ్యాసుని చండాలజాతిజు డని చెప్పితిని' అనుట వెఱ్ఱియా? బుద్ధియా? బ్రాహ్మణుడు సితవర్ణుడుగా నుండవలె నని శాంతిపర్వమున గలదట! వ్యాసు డసితవర్ణు డట! అనగా నసితవర్ణు డగుటచే వ్యాసుడు బ్రాహ్మణుడు కాడట! (చండాల జాతిజు డన్నమాట) కాని బ్రహ్మర్షియేనట! ఔరా! బ్రహ్మర్షి, రాజర్షి, దేవర్షిశబ్దములు ఆయా ఋషులయందలి జాతివిశేషమునకు స్ఫోరకము లగుచుండ, వ్యాసుని బ్రహ్మర్షియే యనుచు బ్రాహ్మణేతరు డనుటయు, పరాశరపుత్రు డగు వ్యాసుని జన్మమునందు వీర్యప్రాధాన్యమేకాని క్షేత్రప్రాధాన్యము కాదనుచు వ్యాసుని అబ్రాహ్మణు డనుటయు పాపభీతిలేని ము. భా. చ. కారులకే చెల్లినది.

బ్రాహ్మణుడు సితవర్ణుడుగా నుండవలె నని శాంతిపర్వమున గలదట! ఆసందర్భ మేమో చూతము— శాంతిపర్వ (అ. 188)

భృగుః—

"బ్రాహ్మణానాం సితో వర్ణః క్షత్రియాణాన్తు లోహితః ।
వైశ్యానాం పీతకో వర్ణ శ్శూద్రాణా మసిత స్తథా ॥"

మ. భా. చ. కారు లన్న విషయ మిది. ఇచ్చట వారి యర్థ

[illegible]
ణున కుండవలసిన ఆ సితవర్ణము ముందీప్రతివాదులయం దున్నదా? నీలమేఘశ్యాము డగు శ్రీరామునియందు క్షత్రియున కుండవలసినట్లు చెప్పబడిన లోహితవర్ణము లేదు కనుక క్షత్రియుడు కాడనవలసిన దేనా? లోకవిరుద్ధ మైన యిట్టి యర్థమును ఆశ్లోకమునకు చెప్పుట తగునా? కనుక వాస్తవార్థమును ఆశ్లోకమునకు గ్రహించుటకు వ్యాఖ్యానమే శరణ్యము. అందుకై ఆసందర్భము జూతము—

భృగుః—

"అసృజ న్బ్రాహ్మణానేన పూర్వం బ్రహ్మ ప్రజాపతీన్ ।
ఆత్మ తేజోఽభినిర్వృత్తాన్ భాస్కరాగ్నిసమప్రభాన్ ॥
తత స్సత్యంచ ధర్మంచ తపో బ్రహ్మచ శాశ్వతమ్ ।
ఆచారం చైవ శౌచంచ స్వర్గాయ విదధే ప్రభుః ॥"

నీలకంఠీయమ్—

కథం సృష్టాసి భూతా నిత్యస్యోత్తర ముక్త్వా కథం వర్ణవిభక్తయ ఇత్య స్యోత్తర మాహ. అసృజ దిత్యాది. తత్ర పూర్వం చిత్తప్రసాదే నాన స్య మశ్నుత ఇత్యుక్తం. చిత్తప్రసాదశ్చ ధర్మఫల మతో ధర్మం నిరూపయతి—బ్రాహ్మణాన్=బ్రహ్మనిష్ఠాన్, ప్రజాపతీన్=మరీచ్యంగిరఆదీన్, ఆత్మన స్తేజః=సత్యసంకల్పత్వాదిసామర్థ్యమ్, తేన నిర్వృత్తాన్=ఉత్పాదితాన్; ధర్మం=యజ్ఞాదిం, తపః=కృఛ్ర

యే చాన్యే భూతసంఘానాం వర్ణా స్తాం శ్చాపి నిర్మమే ॥
బ్రాహ్మణానాం సితో వర్ణః క్షత్రియాణాన్తు లోహితః ।
వైశ్యానాం పీతకో వర్ణ శ్శూద్రాణా మసిత స్తథా ॥

టీ—వర్ణాః=సాత్త్వికం రాజసం తామసం మిశ్రంచేతి స్వచ్ఛత్వాదిసామ్యాత్ గుణవృత్తం వర్ణశబ్దే నోచ్యతే, సితః=స్వచ్ఛః సత్త్వగుణః ప్రకాశాత్మా శమదమాదిస్వభావః, లోహితో=రజోగుణః ప్రవృత్త్యాత్మా శౌర్యతేజఆదిస్వభావః, పీతకః=రజస్తమోభ్యాంమిశ్రః కృష్యాదినిహీనకర్మప్రవర్తకః, అసితః=కృష్ణః ఆవరణాత్మా తమోగుణః స్వతఃప్రకాశప్రవృత్తిహీనః శకటవ త్పరప్రేర్యః ।

ఇచ్చట చిత్తశుద్ధిహేతు వగు ధర్మము నిరూపింపబడుచున్నది. బ్రహ్మ, పూర్వము బ్రహ్మనిష్ఠులగు మరీచిప్రభృతులైన ప్రజాపతులను సృజించి సత్యము, యజ్ఞాదిధర్మము, కృఛ్రచాంద్రాయణాదితపస్సు, నిత్యమైన వేదము, స్నానాద్యాచారము, ప్రాయశ్చిత్తాదిరూపమైన శౌచము, అను స్వర్గసాధనములను విధించెను. దేవదానవగంధర్వాదులయొక్కయు, బ్రాహ్మణాదిచతుర్వర్ణములయొక్కయు వర్ణములను—అనగా సాత్త్వికరాజసతామసమిశ్రము లనబడు సత్త్వాదిగుణకృతవ్యాపారములను నిర్మించెను. బ్రాహ్మణులకు సితవర్ణము—అనగా ప్రకాశాత్మకమై శమదమాదిస్వభావముగల సత్త్వగుణము, క్షత్రియులకు లోహితవర్ణము—అనగా ప్రవృత్త్యాత్మకమై శౌర్యాదిస్వభావము

గము బ్రాహ్మణ్యమునకు సాత్త్వికత్వాదిరూపవర్ణవిభాగమునకు కారణము ధర్మమే యని చెప్పబడెను. ఇట్లు పరిశీలింపగా “బ్రాహ్మణానాం సితో వర్ణః” అను శాంతిపర్వశ్లోకమున కపార్థము చెప్పి వ్యాసభగవానుని నిందించిన మ. భా. చ. కారుల హాస్యాస్పదప్రసంగ మపాస్తమైనది. అంశాంతరమందుకొందము

నిషాదుడైన వ్యాసునకు బ్రాహ్మ్యసంస్కారము లను
ప్రసంగము—తన్నిరాకరణము.

“వ్యాసుడు వాల్మీకివలె గాక మొదటనే బ్రాహ్మ్యసంస్కారముల నొంది వినుతి కెక్కిన గ్రంధము రచించెను”

(మ. భా. చ. పు 159)

ఈప్రతివాదులు వాల్మీకి మొదట బ్రాహ్మ్యసంస్కారముల నొందలే దనుచున్నారు వాల్మీకి యనగా వల్మీకప్రభవుడు. వసిష్ఠాదు లాతనిని వల్మీకమునుండి యభివ్యక్తము జేసినతరువాత “వసిష్ఠ మునీంద్రుండతనికి ప్రచేతసునిచేత వేదోక్తక్రమంబున జాతకర్మాద్యఖిలసంస్కారంబులు చేయించెను” అని వెనుక జూపబడిన ధర్మఖండమును బట్టి వాల్మీకికి బ్రాహ్మ్యసంస్కారములు వెంటనే జరిగినందున ప్రతివాదుల వ్రాత తప్పు. వ్యాసునకు బ్రాహ్మ్యసంస్కారములు మొదటనే జరిగినవనుచున్న ప్రతివాదుల నడుగవలసియున్నది బ్రాహ్మత్వ

అవి వేదోక్తసంస్కారములే అనవలెను అవి "బ్రాహ్మణ ముపన యీత" ఇత్యాదివచనములచే బ్రాహ్మణజాతికి జేయవలసినవే కాని నిషాదాదులకు జేయవలసినవి కావు. కనుక నిది యసంగతప్రసంగము.

"వ్యాసశ్చ భగవాన్ విప్రో దేవర్షిగణసేవితః" అని మహాభారతమున బహుస్థలములలో వ్యాసుడు విప్రుడని చెప్పబడుటచేతను, బ్రాహ్మణ్యసంస్కారముల నొందుటచేతను తద్విరుద్ధమగు ప్రతివాదుల ఊహాతి పరాస్తము.

అంశాంతరమందుకొందము—

వ్యాసు డంబికాదులయందు ప్రవర్తించుటచే
దోషియను ప్రసంగము—తన్నిరాకరణము.

"తల్లి యానతి యను నెపమున రాణివాసము జేరి రాణులను గూడి తన నైష్ఠికబ్రహ్మచర్యవ్రతమునకు లోపము కలుగజేసి కొనెను అపకీర్తి చేయదగిన గర్హభిష్టిం జేసెనో లేదో కాని వ్యాసునంతటివాడు వ్రతభ్రష్టు డగుట యెట్టిదని పూర్వ మీమాంసాశాస్త్రజ్ఞులు 'ధర్మవ్యతిరిక్తసాహస' విచారణములో నానా విధము లగు తిప్పలుపడి మాతాజ్ఞ కాన వ్యాసుడు దోషి కాడని సరిపెట్టుకొనిరి ' (మ. భా. చ. పు. 159)

[illegible]
మీమాంసాశాస్త్రమును కీర్తించుచున్నారు కనుక దానిని జూతము.

"అపివా కారణాగ్రహణే ప్రయుక్తాని ప్రతీయేరన్" (జై. సూ. 1 అ. 3 పా)

తన్త్రవార్తికము—

అత్ర సదాచారా నుదాహృత్య త్రివర్గసిద్ధ్యర్థం విచార్యతే. తద్విపరీతసంకీర్ణవ్యవహారేషు శిష్టే ష్వవధ్యకారి త్రైవిద్యాతురవ దవిస్రంభ ణీయచరితత్వాత్, సంభావ్యమానవేదమూలత్వాచ్చ ధర్మసంశయం దర్శయిత్వా సదాచారేషు హి దృష్టో ధర్మవ్యతిక్రమః సాహసంచ మహతామ్॥

న్యాయసుధా—

తద్విపరీతేతి త్రివర్గవిపరీతై రధర్మాఽనర్థదుఃఖసాధనై రా చారైః స్సంకీర్ణో వ్యవహారో యేషా మితి విగ్రహః. త్రైవిద్యశ్చాసా వాతురశ్చేతి కర్మధారయం కృత్వా పూర్వపదేన కర్మధారయః కార్యః॥ లోభాద్యభిభవా త్సన్నిహితాఽనర్థాఽదర్శనే నాధర్మా చరణం ధర్మవ్యతిక్రమః దృష్ట స్యాప్యనర్థస్య బలవత్త్వే నానాదరా దధర్మాచరణం సాహసమ్॥

"దృష్టకారణహీనాని యాని కర్మాణి సాధుభిః ।
ప్రయుక్తాని ప్రతీయేరన్ ధర్మత్వే నేహ తాన్యపి ॥
శరీరస్థితయే యాని సుఖార్థంవా ప్రయుంజతే ॥
అర్థార్థం వా న తే ష్వస్తి శిష్టానా మేవ ధర్మధీః॥"

తపోబలారూఢస్య చరితం తత్ 'సర్వం బలవతః పథ్యమ్' ఇతి న్యాయేన మహాన్తివ తపాంసి కృత్వా తాని క్షయం నయతః ఉత్తరకాలం వా పాపవిశుద్ధిం ప్రాయశ్చిత్తైః ప్రతికుర్వాణస్య జీర్యత్యపి. నష్టతపసా మగజైరివ మహావటకాష్ఠాదిభక్షణ మాత్మవినాశాయైవ స్యాత్. ద్వైపాయనస్యాపి గురునియోగాత్ "అపతి రపత్యలిప్సు ర్దేవరా ద్గురుప్రేరితా దృతుమతీయాత్" ఇత్యేవ మాగమాత్ మాతృసంబన్ధభ్రాతృజాయాపుత్రజననం ప్రాక్కృతపశ్చాత్కరిష్యమాణతపోబలేన నాతిదుష్కరమ్. అన్యోఽపి య స్తాదృ క్తపోబలో నిర్వహేత్స కుర్యాదేవ ॥

ఈగ్రంథమునకు తాత్పర్య మిది—రోగులకు పథ్య ముపదేశించుచు తాను రోగగ్రస్తుడై యపథ్యము జేయు వైద్యునియందు విశ్వాస ముండనట్లు అధర్మానర్థదుఃఖమూలములైన యాచరణముల చేత సంకీర్ణవ్యవహారకముకల శిష్టుల చరిత్రము శంకింపదగియుండుటవలనను, వేదమూలకత్వము సంభావింపబడుచుండుట వలనను ధర్మసంశయమును ప్రదర్శించి విచారణ చేయబడుచున్నది.

ధర్మవ్యతిక్రమము, అని పూర్వపక్షము [illegible] చెప్పబ డుచున్నది. దృష్టఫలరహితములై సత్పురుషులచే నాచరింపబడిన కార్యములు ధర్మములు. శరీరస్థితికొరకు, సుఖముకొరకు, ధనము కొరకు ఆచరింపబడు కార్యములను ధర్మములని శిష్టులుభావింపరు. ఇక వ్యాసమహర్షి విషయ మేమనగా. "సర్వం బలవతః పథ్యమ్" అను న్యాయమునుబట్టి, మహాతపస్సులు చేసి వాని నవసరమును బట్టి యొకానొక కార్యములో వినియోగించునట్టియు. ననంతరమైనను దోష నివృత్తికై ప్రతిక్రియ లాచరించునట్టియు, తపోబలారూఢుని కృత్యము వటకాష్ఠభక్షణము గజములకువలె జీర్ణించునుగాని బాధింపదు. అతి పశ్శక్తి లేనివానికట్టి కృత్యము, వటకాష్ఠభక్షణ మన్యజంతువునకువలె నాత్మవినాశకరమే యగును. గురుజననియోగమును బట్టియు, శాస్త్ర మును బట్టియు, పూర్వము చేయబడినదియు, పరమందు చేయబడున దియు నగు తపముయొక్క బలముచే విచిత్రవీర్యభార్యలయందు సం తతి గలిగించుట మహర్షికి దుష్కరము కాదు. అట్టి తపోబలము కలవా డెవ్వడైన నిర్వహింపవచ్చును. అని

ఇట్లు పూర్వమీమాంసాశాస్త్రము చర్చించి, గురుజననియో గమును బట్టియు, శాస్త్రమును బట్టియు, తపోబలముచే వ్యాసమ హర్షి కది చెల్లినదని నిరూపించియుండగా 'పూర్వమీమాంసాశాస్త్ర జ్ఞులు నానావిధములగు తిప్పలు పడి సరిపెట్టుకొనిరి' అని ప్రతివాద లందురే! వారు పడిన తిప్పలేమున్నవి? మాతాజ్ఞ, ప్రమాణబలమును

[illegible]
కాబోలు. ఆర్షవచనములయందు ఆదరాతిశయముకలిగి సంచరించుటకు అట్టి యదృష్ట ముండవద్దా?

“నైష స్థాణో రపరాధః యదేన మన్ధో న పశ్యతి. పురుషాపరాధ స్సభవతి” అనునట్లు శాస్త్రములను విశ్వసింపకుండుట విశ్వసింపనివాని దోషమే కాని శాస్త్రముల దోషము కాదు. కనుకనే కృష్ణద్వైపాయనుని ధర్మవ్యతిరిక్తకార్యమును గూర్చి శాస్త్రములో చూపిన పూర్వపక్షము మ. భా. చ. కారులకు ప్రియమై దాని సమాధానము వెగటైనది. అదియే హృదయదోషము.

ఈప్రతివాదులు శాస్త్రకారులు చెప్పియున్న విషయము నిట్లు తృణీకరించుచు “మాతాజ్ఞకు వ్యతిరేకముగా దాసిం గూడుటకు పూర్వమైమాంసికు లెట్టి సమాధాన మిచ్చెదరో” (పు 159)

అని యడుగుచున్నారు. అణీమాండవ్యమహర్షి యమధర్మరాజును “శూద్రయోనా వతో ధర్మ! మానుష స్సంభవిష్యసి” అని శపించియుండుటను బట్టి త్రికాలజ్ఞాననిధి యగు వ్యాసభగవానుడు ఆయమధర్మరాజు అంశము ఆమెయందు తనమూలమున జన్మింపవలసియున్న విధిని గ్రహించి మహాతపశ్శక్తికలవాడు కనుక నట్లు వ్యవహరించె ననుచు సమాధాన మిచ్చెద రని తెలుపుచున్నాము. ఇట్లు పూర్వమీమాంసకులు వ్యాసమహర్షికి పుత్రోత్పాదనప్రసంగము తపోబలముచే దోషావహము కాదని బోధించినారు.

"యథైధాంసి సమిద్ధోఽగ్ని ర్భస్మసాత్కురుతేఽర్జున ।
జ్ఞానాగ్నిః సర్వకర్మాణి భస్మసాత్కురుతే తథా ॥"

అను గీతావచన ముదాహరించి యాజ్ఞానిష్ఠుల సర్వవిధకర్మములు జ్ఞానాగ్నిదగ్ధములగును. కనుక వారి కేవిధమైన దోష మంటదని చెప్పియున్నారు. ఇట్టిస్థితిలో శాస్త్రమర్యాదను పాటింపక వ్యాసభగవానుని నిందింపబూనిన మ. భా. చ. కారుల నేమనవలెనో.

ఇక దీని నిట్లుంచి తల్లి యానతి యనునది నేవ మనుచున్న మ. భా. చ. కారులకు ఆతల్లి యాజ్ఞ గ్రంథమం దెట్లున్నదో వినిపింతము—

విచిత్రవీర్యు డపుత్రకుడై గతింప సత్యవతీదేవి భీష్మునితో నీవు సర్వధర్మవిదుడవు. ఈభరతవంశము నిన్నాధారపడియున్నది. అనుచు నిట్లుపదేశించెను—

"కార్యే త్వాం వినియోక్ష్యామి తచ్ఛ్రుత్వా కర్తు మర్హసి ।
మమ పుత్ర స్తవ భ్రాతా వీర్యవా౯ సుప్రియశ్చ తే ॥
బాల ఏవ గత స్స్వర్గ మపుత్రః పురుషర్షభ ।
ఇమే మహిష్యౌ భ్రాతు స్తే కాశిరాజసుతే శుభే॥
రూపయౌవనసంపన్నే పుత్రకామే చ భారత ।
తయో రుత్పాద యాపత్యం సంతానాయ కులస్య నః ॥

రాజ్యేచైవ=రాజ్యేపివా, ఆత్మాన మభిషిచ్యస్వ=అభిషేచయ, కురు=బ్రహ్మచర్యసంకల్పా త్ప్రభృతి త్యక్తా సంతత్యర్థ మంగీకురు, మా నిమజ్జీః=మా నిమజ్జయ ...

నిన్నొక కార్యమందు నియోగించుచున్నాను. నీ వట్లు చేయ దగినవాడవు. నాపుత్రుడు, నీసోదరుడునైన విచిత్రవీర్యుని భార్యలు పుత్రార్థినులై యున్నారు. వంశవృద్ధికై నానియోగముచే నీవు వార లకు సంతతి గలిగింపుము; ఈధర్మ మంగీకరింపుము. లేక రాజ్యమం దైనను నీవభిషిక్తుడవు కమ్ము. బ్రహ్మచర్యసంకల్పము మొదలుకొని త్యజింపబడిన దారలను సంతతికై యంగీకరింపుము ఇది సత్యవతీదేవి భీష్మున కుపదేశించిన విషయము.

భీష్మునకు వితంతూద్వాహప్రేరణ మను ప్రసంగము-
తన్నిరాకరణము

మ భా. చ. కారు లీవచనములనే ప్రదర్శించి "ఆనాడు వితంతూద్వాహము తప్పుగా నెన్నబడలేదు" (పు 76) అనుటకు నిదర్శన మిదియే యనిరి. ఆశ్లోకముల కర్థము వ్రాయుచు 'నీ సోదరుని భార్యలయందు సంతతి గనుమా! రాజ్యమునం దభిషిక్తు డవు కమ్ము. ఈ నీసోదరభార్యలను నీభార్యలగా జేసికొనుము" అని వ్రాసిరి.

వితంతూద్వాహమునకు పురికొల్పిన దను మ. భా. చ. కారుల వ్రాత హేయము. మఱియు,

"న వివాహవిధా వుక్తం విధవావేదనం పునః"

వ్యా—"నచ వివాహవిధాయకశాస్త్రేఽన్యేన పురుషేణ పునర్వివాహ ఉక్తః" అని వింతతూద్వాహము వివాహవిధాయకశాస్త్రమందు చెప్పబడలే దని మనుస్మృతి యుద్ఘోషించుచుండుటను బట్టి కూడ ప్రతివాదిప్రసంగము నింద్యము.

మఱియు సత్యవతీదేవిచే భీష్మున కుపదేశింపబడినవి మూడు విషయములు. అందు 'తయో రుత్పాదయాపత్యం మన్నియోగాత్' నా నియోగమువలన అంబికాంబాలికలయందు సంతతి ననుగ్రహింపుము, అని యొకటి "రాజ్యే చైవాభిషిచ్యస్వ" రాజ్యమందైన నభిషిక్తుడవు కమ్ము. అని యొకటి. "దారాంశ్చ కురు ధర్మేణ" 'బ్రహ్మచర్యసంకల్పాత్ప్రభృతి త్యక్తాః సంతత్యర్థ మంగీకురు' బ్రహ్మచర్యసంకల్పము మొదలుత్యజింపబడిన దారలనుసంతతికై యంగీకరింపుము. అని యొకటి ఇచ్చట 'దారాంశ్చ కురు ధర్మేణ' అను మూడవ విషయము కూడ నంబికాంబాలికల నుద్దేశించియే చెప్పబడిన దనుచున్న ప్రతివాదుల నడుగవలసియున్నది—"నీసోదరభార్యలయందు సంతతి గనుము. ఈ నీసోదరభార్యలను నీభార్యలుగా జేసికొనుము" అను విూవ్రాతకు సంతతిగని యాపై భార్యలుగా జేసికొను మని తాత్పర్యమా? లేక భార్యలుగా జేసికొని యాపై సంతతి గను మని తాత్పర్యమా?

జేసికొనుమని యనుట అయుక్తము. చూడుడు—

"విధవాయాం నియోగార్థే నిర్వృత్తేతు యథావిధి।
గురువచ్చ స్నుషావచ్చ వర్తేయాతాం పరస్పరమ్॥" (అ 9)

అనగా నియోగఫలము సిద్ధించినతరువాత నాపురుషుడు గురువువలెను, స్త్రీ కోడలువలెను వర్తింపవలెను. అనిభావము. కనుక ప్రథమపక్షము హేయము.

ఇక భార్యల జేసికొని సంతతిగనుట, యను ద్వితీయపక్షములో ప్రతివాదికల్పించిన వితంతూద్వాహము.

"న వివాహవిధా వుక్తం విధవావేదనం పునః।"

అను పూర్వోక్తమనువచనముచే దూష్యమే కద. ఇంకొకటి.

వితంతువులగు సోదరభార్యలను ప్రతివాదు లన్నట్లు భీష్ముడు వివాహము చేసికొనుటే తటస్థించినపుడు వారు భీష్మభార్య లనబడుదురేకాని సోదరభార్య లనబడరు. ఇట్లుండ "నీసోదరభార్యలయందు సంతతి గనుము" అని చెప్పినట్లున్న ప్రతివాదుల వ్రాతకిప్పుడు గతియేమున్నది? మఱియొకటి సత్యవతీదేవి వాక్యము లిట్లున్నవి—

"మమ పుత్ర స్తవ భ్రాతా. బాలఏవ గత స్స్వర్గ మపుత్రః

వివాహపద్ధతి వివాహము జేసికొనినవాని యౌరససంతతి నపేక్షించి యుండును భీష్ముడు వివాహము చేసికొనియే వారలయందు సంతతిగ నుట తటస్థించిన యెడల నది భీష్ముని కౌరససంతతి యగును కానివిచి త్రవీర్యునకు క్షేత్రజసంతతి కానేరదు. ఇట్టిస్థితిలో విచిత్రవీర్యునకు క్షేత్రజసంతతి తాత్పర్యముతో "సోదరభార్యలయందు సంతతిగ నుము" అని చెప్పబడినట్లు వ్రాసిన ప్రతివాదుల కీద్వితీయపక్షము బాధకమే. మఱియు వితంతువుల భార్యల జేసికొనుట వివాహ విధికే గాక, నియోగవిధికిగూడ విరుద్ధమే. చూడుము—

"విధవాయాం నియుక్తస్తు ఘృతాక్తో వాగ్యతో నిశి.
ఏక ముత్పాదయే త్పుత్రమ్"

వ్యా-ఘృతాక్తసర్వగాత్రోమౌనీ రాత్రావేకపుత్రం జనయేత్।

"నియుక్తాయా మపి పుమా న్నార్యాం జాతో ఽవిధానతః ।
నైవార్హః పైతృకం రిక్థం పతితోత్పాదితో హి సః ॥"
"యాసి యుక్తా ఽ న్యతః పుత్రం దేవరా ద్వా ప్యవాప్నుయాత్।
తం కామజ మరిక్థీయం వృథోత్పన్నం ప్రచక్షతే ॥"

వ్యా-యా స్త్రీ గుర్వాదిభిరనుజ్ఞాతా దేవరాద్వా ఽన్యతోవా సపిండాద్వా పుత్ర ముత్పాదయేత్. సయుని కామజో భవతి తదా త మరిక్థభాజం మన్వాదయో వదన్తి. అకామజ ఏవ రిక్థభాగే. సచ వ్యాఖ్యాతో నారదేన—

ప్రసూతం పతితోత్పాదితుడగుటవలన దాయభాగమున కధికారి కాడు. గురుజననియు క్షత్రియురాలైన స్త్రీ కామపూర్వకప్రవృత్తికలదై పుత్రుని గనినపుడు ఆపుత్రుడు దాయభాగమున కర్హుడు కాడని మన్వాదులు చెప్పుచున్నారు. కామమూలకప్రవృత్తివలన బుట్టినవాడే దాయార్హుడనినారదుడనెను. ఎట్లనగా—"కలితీయము ప్రాప్తించినపుడు నియోగవిధి నాశ్రయించి స్త్రీపురుషులు పరస్పరముఖసంబంధమును, పరస్పర శరీర సంబంధమును వర్జించి సంతానార్థమే ప్రవర్తింపవలెను. కామముతో ప్రవర్తింపరాదు" అని

ఇట్టి యసిధారావ్రతమీనియోగవిధి. భార్యాభర్తృభావములో నిట్టి నిర్బంధములు లేవు. కామపూర్వకప్రవృత్తి యచ్చట నింద్యము కాదు.

సత్యవతీదేవి నియోగవిధి ననుసరించియే భీష్మున కుపదేశించినది. అందులో ప్రతివాదుల వితంతూద్వాహప్రసంగము అజ్ఞానవిలసితమగుటచే హేయము.

భీష్ముడా సత్యవతీదేవి వాక్యములు విని నీవు చెప్పినది యథావద్ధర్మమే కాని నాబ్రహ్మచర్యనియమప్రతిజ్ఞ నేను విడువజాలను ఒక మార్గము చెప్పెదను—

వంతు డగు బ్రాహ్మణుని ధన మిచ్చి నియోగింపవలెను. అని చెప్పగా నప్పు డాసత్యవతీదేవి వ్యాసమహర్షి జన్మవృత్తాంతము చెప్పి—

"స హి మా ముక్తవాం స్తత్ర స్మరే: కృచ్ఛ్రేషు మా మితి।
తం స్మరిష్యే మహాబాహో! యది భీష్మ! త్వ మిచ్ఛసి॥
తవ హ్యానుమతే భీష్మ! నియతం స మహాతపాః।
విచిత్రవీర్యక్షేత్రేషు పుత్రా నుత్పాదయిష్యతి॥"

ఆమహర్షి వెనుక కష్టసమయములయందు నన్ను స్మరింపు మని చెప్పెను. నీవంగీకరించినయెడల మహర్షిని స్మరింతును. నీయనుమతిపై యాతడు తప్పక పుత్రుల ననుగ్రహింపగలడు. ఇట్లనగా—
భీష్ముడు—

"తదిదం ధర్మయుక్తం చ హితంచైవ కులస్య నః!
ఉక్తం భవత్యా యచ్ఛ్రేయ స్త న్మహ్యం రోచతే భృశమ్॥

నీవన్నది ధర్మయుక్తము, హితమునై యున్నది. శ్రేయస్కర మగు నీసంకల్పము నాకు చాల ఇష్టమైనది; అని చెప్పగా నపుడు—

"కృష్ణద్వైపాయనం కాలీ చింతయామాస వై మునిమ్।
స వేదాన్ విబ్రువన్ ధీమాన్ మాతు ర్విజ్ఞాయ చిన్తితమ్॥
ప్రాదుర్బభూ వాదితః క్షణేన కురునందన!॥"

ధర్మతత్త్వజ్ఞురాలవగు తల్లీ! నీసంకల్పము నెరవేర్ప వచ్చితిని. ఆజ్ఞ యేమి? అనగా సత్యవతీదేవి—

"స త్వం వ్యపేక్షయా భ్రాతు స్సంతానాయ కులస్య చ ।
భీష్మస్య చాస్య వచనా న్నియోగా చ్చ మమానఘ! ॥
అనుక్రోశాచ్చ భూతానాం సర్వేషాం రక్షణాయ చ ।
ఆనృశంస్యాచ్చ య ద్బ్రూయాం త చ్ఛ్రుత్వా కర్తుమర్హసి ।
యవీయస స్తవ భ్రాతు ర్భార్యే సురసుతోపమే ।
రూపయౌవనసంపన్నే పుత్రకామే చ ధర్మతః ॥
తయో రుత్పాదయాపత్యం సమర్థో హ్యసి పుత్రక! ।
అనురూపం కులస్యాస్య సంతత్యాః ప్రసవస్య చ॥"
టీ—వ్యపేక్షయా=స్నేహానుబంధేన, నియోగాత్=ఆజ్ఞాతః;
అనుక్రోశాత్=కృపాతః, ఆనృశంస్యాత్=అనైష్ఠుర్యాత్."
యవీయసః. అవరజః

నీవు సోదరుని స్నేహానుబంధమునుబట్టియు, భీష్ముని వాక్యమునుబట్టియు, నాయాజ్ఞనుబట్టియు, భూతదయనుబట్టియు, మృదుస్వభావమునుబట్టియు, భరతవంశమునకు సంతానముకొరకును, ప్రజారక్షణముకొరకును నేను చెప్పబోవు విషయమును విని యావనిని జేయ దగినవాడవు. నీయనుజుని భార్యలు ధర్మబుద్ధితో పుత్రసంతతిని గోరుచుండిరి. నీవుతపోబలమున సమర్థుడవు. భరతవంశమునకు అనురూపమైన పుత్రసంతతి ననుగ్రహింపుము. ఇట్లు చెప్పగా మహర్షి—

ఈప్సితం తే కరిష్యామి దృష్టం హ్యేత త్సనాతనమ్ ॥
భ్రాతుః పుత్రాన్ ప్రదాస్యామి మిత్రావరుణయో స్సమాన్ ।''

తల్లీ! నీవు ఐహికాముష్మికధర్మములు తెలిసినదానవు. నీబుద్ధియు ధర్మానుబద్ధమే కనుక నీయాజ్ఞవలన ధర్మము నుద్దేశించి నీసంకల్పము నెరవేర్తును. ఇది ప్రమాణసమ్మతమే. అనుజునకు అధ్యులగు పుత్రుల నొసంగుదును.

''వ్రతం చరేతాం తే దేవ్యౌ నిర్దిష్ట మిహ యన్మయా ।
సంవత్సరం యథా న్యాయం తత శ్శుద్ధే భవిష్యతః ॥''
నహి మా మవ్రతోపేతా ఉపేయా త్కాచి దంగనా''

వారిరువురు నేచెప్పెడి వ్రతమును యథాన్యాయముగా నొక సంవత్సరము చేయవలెను. అప్పుడు వారు పరిశుద్ధురాండ్రగుదురు. వ్రతాచరణము లేని స్త్రీ నన్ను పొందజాలదు
ఇట్లు చెప్పగావిని సత్యవతీదేవి—

''సద్యో యథా ప్రపద్యేతే దేవ్యౌ గర్భం తథా కురు ।
అరాజకేషు రాష్ట్రేషు ప్రజాఽనాథా వినశ్యతి॥
నశ్యన్తిచ క్రియా స్సర్వా నాస్తి వృష్టి ర్నదేవతా ।
కథం చారాజకం రాష్ట్రం శక్యం ధారయితుం ప్రభో ॥
తస్మా ద్గర్భం సమాధత్స్వ భీష్మ స్సంవర్ధయిష్యతి ।''

అని ఈ రంగా మహర్షి—

'యది పుత్రః ప్రదాతవ్యో మయా భ్రాతు రకాలికః ।
విరూపతాం మే సహతాం తయో రేతత్పరం వ్రతం ॥
యది మే సహతే గన్ధం రూపం వేషం తథా వపుః ।
అద్యైవ గర్భం కౌసల్యా విశిష్టం ప్రతిపద్యతామ్ ॥"

నేను చెప్పియున్నట్లు కాక యిపుడే పుత్రప్రదానము చేయవలసియున్నచో నావిరూపత్వమును సహింపవలెను. వారికిదిగొప్పవ్రతము. నారూపవేషగంధశరీరములను సహించెనేని యాకౌసల్య కుత్తమసంతానము కలుగును.

"ఏవ ముక్త్వా మహాతేజా వ్యాస స్సత్యవతీం తదా ।
శయనే సాచ కౌసల్యా శుచివస్త్రా హ్యలంకృతా ॥
సమాగమన మాకాంక్షే దితి సోఽన్తర్హితో మునిః ।"

ఇట్లు చెప్పి, వస్త్రాద్యలంకృతయై కౌసల్య శయనమున సమాగమన మాకాంక్షింపవలెను. అని సత్యవతీదేవితో జెప్పి వ్యాసమహర్షి అంతర్హితుడయ్యెను

ఈగ్రంథసందర్భము జూడ, సత్యవతీదేవియు భీష్ముడును భరతవంశోద్ధరణమునకై ఆపద్ధర్మ మాలోచించి యెక్కడనో తపోనిష్ఠతో కాలముగడుపు పరమపావనుడగు మహర్షియే యిందుకు సమర్థుడని

[illegible]
మేమో అడుగకియే కాలహరణము కాకూడదని తల్లి వెంటనే అనుగ్రహింప గోరుటయు, అట్లైన నారూపవేషాదులను సహించిన నుత్తమసంతతి కలుగునని చెప్పి యంతర్ధానమగుటయు జరిగినట్లు స్పష్టమేకద.

దీనిని ప్రతివాదులు కాముకవ్యాపారముగా భావించి "తల్లి యానతి యను నెపమున రాణివాసము చేరెను" అని మహర్షిని నిందించినారు.

ఆహా! పురుష ధౌరేయు డగు భీష్ముని యనుజ్ఞయా! ఆభీష్ముని సమక్షమందే తల్లి యాజ్ఞయా! లోకరక్షణాది ప్రయోజనములతో ధర్మము ధర్మ మనుచు ప్రార్థించుటా! ధర్మమునే యాధారపడి మహర్షి యంగీకరించుటా! సంవత్సర మైన తరువాత దానికి కాల మనుటా! తత్క్షణమే కావలె నని సహేతుకముగా తల్లి ప్రార్థించుటా! అట్లైన నారూపవేషాదులను వారు సహింపవలె నని మహర్షి యనుటా! దీనిని కాముకవ్యాపార మని ప్రతివాదు లెంచుటా!

అట్లెంచుటకు స్వయముగా మహర్షియే ఆపనికి ప్రోత్సహించెనా? ఆరాజభార్యల మొగ మెరుగునా? ఎప్పుడో చేయమన్న పనిని అప్పుడే చేయుదు ననెనా? ఆకాంతల మక్కువను గోరి తన రూపవేషాదులను చక్కబరచుకొనెనా? కాముక వ్యాపారరహస్యములు ప్రతివాదులకు తెలియకుండెనా?

ప్రవృత్తి యొకప్పుడు కనబడినను చిత్తవృత్తులలో నపార మైన భేద ముండును. క్రియాసామ్య మున్నను భావశుద్ధినిబట్టి పవిత్రతరకనుక నే—

"భావశుద్ధిః పరం శౌచం ప్రమాణం సర్వకర్మసు ।
అన్యథాఽఽలింగ్యతే కాంతా భావేన దుహితాఽన్యథా ॥
అన్యథైవ స్తనం పుత్రి శ్చింతయ త్యన్యథా పతిః ।
చిత్తం విశోధయే త్తస్మా త్కిమన్యై ర్బాహ్యశోధనైః ॥"

అను స్కాందవచనము, కాంతాలింగనపుత్రికాలింగనములలో నాలింగనక్రియ యేకరూపముగా నున్నను, ఆసమయములలోని భావములలో గొప్పభేద మున్నది. కాంతా స్తనచింతనము పుత్రుడు చేయుటలోను పతి చేయుటలోను సామ్యము కనబడినను, వారల భావములలో గొప్పభేద మున్నది. కనుక భావశుద్ధి పరమపవిత్రము. అందుచే బాహ్యశుద్ధులతో సమాప్తిచేయక చిత్తశుద్ధికై పాటుపడవలె నని బోధించుచున్నది. అట్టి చిత్తశుద్ధి యోగుల సొమ్ము. వ్యాసభగవానుడు మహాయోగి, కనుక నే—

"అయం సాక్షా న్మహాయోగీ వ్యాస స్సర్వజ్ఞ ఈశ్వరః"

అని చెప్పబడెను. అట్లు పరమపవిత్రమైన భావశుద్ధికల మహాయోగియగు వ్యాసభగవానుని పరప్రేరణాపూర్వకప్రవృత్తిని కాముకవ్యాపారముగా గ్రహించుట అజ్ఞానము. జ్ఞానియొక్క ప్రవృత్తి యెట్లుండునో యీశ్లోకము జూడుడు—

లేపుచు బెట్టుచుండబాలుడు రుచిగ్రహణములేకయే ప్రేరణనుబట్టి తినుచుండును. అట్లే జ్ఞాననిష్ఠుని ప్రవృత్తి, రాగద్వేషాదిరహితమై యుండు నని భావము ఈయంశ మింతటితో విడిచి విషయాంతర మును పరిశీలింతము—

—♦ వ్యాసుడు పూతిగంధుడను ప్రసంగము—తన్నిరాకరణము ♦—

పూర్వోక్తమైన వ్యాససత్యవతీసంవాదములో—

"వ్రతం చరేతాం తే దేవ్యౌ నిర్దిష్ట మిహ యన్మయా ।
సంవత్సరం యథాన్యాయం తత శ్శుద్ధే భవిష్యతః ॥"

అని యొకసంవత్సరం మారాజభార్యలు నేచెప్పెడి వ్రతము యథా న్యాయముగా నాచరించిన శుద్ధురాం డ్రగుదు రని వ్యాసమహర్షి చెప్పగా సత్యవతీదేవి కాలహరణము కాకూడదని వెంటనే యనుగ్రహింవగోరగా నపుడు—

"యది పుత్రః ప్రదాతవ్యో మయా భ్రాతు రకాలికః ।
విరూపతాం మే సహతాం తయో రేత త్పరం వ్రతం ॥
యది మే సహతే గంధం రూపం వేషం తథా వపుః ।
అద్యైవ గర్భం కౌసల్యా విశిష్టం ప్రతిపద్యతామ్ ॥"

అని మహర్షి తెల్పెను. ఇచ్చట మ. భా. చ. కాకుల వ్రాత యిట్లున్నది—

మహారాజభార్యలు సహింపలేరని తలచి ఒక సంవత్సరము వ్రతము చేయువలె ననెను. (మ. భా. చ. పు. 147)

"ఆవికారరూపసహిష్ణుత్వము ఒకవత్సరమున కలవడునని తలచి యాంవ్రతము జేయు మని గాడు 'ఆఱునెలల సహవాసముచే వారు పీ రగుదురు' అనినటులు (మ. భా. చ పు 148)

"అంబిక వికృతరూపముతో నుండిన వ్యాసుని జూచి సహింప లేనిదై యారాత్రి యొకమారైన గన్ను దెరవక మూసికొనియే యుండెను...అంబాలికకూడ వ్యాసుని వికృతరూపమును జూచి తెల్లవోయినది." (మ. భా. చ. పు 147)

ఈవ్రాతలోని యంశములను క్రమముగా బరిశీలింతము—

మత్స్యగంధి కస్తూరితావిచే యోజనగంధియైనను వ్యాసుడు మాత్రము పూతిగంధుడుగానె యుండెనట! ఇట్లనుటలో వ్యాసుని యందు పూతిగంధమును స్థిరపరచి దానిని బట్టి తల్లి మత్స్యగంధియే కాని యోజనగంధి కాదనుటయందు ప్రతివాదులకు తాత్పర్యమా? లేక ఆమె యోజనగంధియే, వ్యాసుడుమాత్రము పూతిగంధు డనుట యందు తాత్పర్యమా?

"మత్స్యగంధో మహా నాసీ త్స్వరా మమ జుగుప్సితః ।
తి మహాస్య శుభం గంధ మిమం ప్రాదా త్స మే మునిః ॥"

(ఆ. అ. 104)

కాదనుట తప్పు.

మహాభారతరహస్యకర్తలు వ్రాయుచు— "స్వతస్సిద్ధముగా నామె శరీరము మత్స్యగంధభూయిష్ఠమైనది గాదు" (పు. 78) అనుట కూడ పైసత్యవతీవాక్యముచె ప్రతిహతమైనది చూతియు—

> "సత్యవతి తన శరీరము మత్స్యగంధభూయిష్ఠ మని చెప్పుటలో పరాశరునకు తనయం దసహ్యము గలుగవలయు ననియు, నా కారణమున నాతనివలన విముక్తిని బడయవలయు ననియు చెప్పిన వాక్యముకాని స్వతస్సిద్ధముగా నామె శరీరము మత్స్యగంధభూయిష్ఠమైనది గాదు తాను పల్లెతయై యున్నదగుటచే తద్వృత్త్యనుసారముగా వాక్రుచ్చెను." (మ. భా. ర. పు. 78)

ఇది రహస్యకర్తల వ్రాత. మత్స్యగంధము తన శరీరమందు లేకున్నను పరాశరునకు తనయం దసహ్యము కలుగుటకై యట్లు చెప్పెనట. పరాశరున కసహ్యము కలుగనేలేదు. కనుక నిట్టి నిరర్థక ప్రసంగము ప్రతివాదుల దనుట మంచిదా? ఆసత్యవతీదేవి దనుట మంచిదా? మఱియు, సత్యవతీశరీరమందు మత్స్యగంధమే లేనియెడల ఉపరిచరవసుమహారాజపుత్రికయైన యామె దాశుని పోషణములో నుండవలసినపని యేమున్నది మత్స్యగంధ ముండుటనుబట్టియే యట్లు జరిగినది. మత్స్యగంధ ముండుటచేతనే యామె వరము కోరుటలో కన్యాత్వమును, సౌగంధ్యమును కోరెను మహర్షి యనుగ్రహమున

ఏవ ముక్తా వరం వవ్రే గాత్రసౌగంధ్య ముత్తమమ్ ।
సచాస్యై భగవాన్ ప్రాదాన్మనసః కాంక్షితం భువి ॥
తతో లబ్ధవరా ప్రీతా స్త్రీభావగుణభూషితా ।
జగామ సహ సంసర్గ మృషిణాఽద్భుత కర్మణా ॥"
టీక-వరం = కన్యాభావం సౌగంధ్యం చ లబ్ధ్వా...
"తేన గంధవతీ త్యేవం నామాస్యాః ప్రథితం భువి ।
తస్యాస్తు యోజనాద్గంధ మాజిఘ్రన్త నరా భువి ॥
తస్యా యోజనగంధేతి తతో నామాపరం స్మృతమ్" (ఆ.63.అ)

అని యున్నగ్రంథము- సత్యవతీదేవితో నేమి కావలెనో నీవు వరము కోరుము నాయనుగ్రహము వ్యర్థ మెన్నడును కాదు అని పరాశరమహర్షి చెప్పగా నామె తన శరీరమున కుత్తమమైన సౌగంధ్యమును కోరగా నామహర్షి యట్లే యనుగ్రహించెను. దానిని బట్టి యామె గంధవతి యనుపేరును, ఆగంధమును యోజనపర్యంతము మనుజులు ఆఘ్రాణించుటచుబట్టి యోజనగంధి యనుపేరును పొందెను. అని స్పష్టముగా జెప్పుచుండ, దీనికి విరుద్ధముగా రహస్యకర్తలు—

"పరాశరుడు యోజనగంధి వగుదువని వరమిచ్చె ననుటలో నామె నిరుత్తర యగుటకు ప్రతిగా జెప్పిన వాక్యముగాని, యోజనములొలది సుగంధవ్యాప్తిగల శరీరముగలదానినిగా జేసినది కాదు" (పు 78) అనితోచినట్లు శబ్దవ్యాఖ్యను పటింప వ్రాయుట నింద్యము.

ఇక మ భా. చ కారుల వ్రాతనే అందుకొందము——

పూర్వోక్తప్రకారము యోజనగంధి యైన తరువాత జన్మించిన వ్యాసుడు పూతిగంధుకుగా నుండె నను ప్రతివాదులమాట నిరాధారము, విరుద్ధమునై యున్నది 'యది మే సహతే గంధమ్' అను వ్యాస వాక్యమే యాధార మందురు కాబోలు ఆవాక్యములో దుర్వాసన యని యున్నదా?

నిరంతర తపోనిష్ఠచే విలాసజనాదరణీయములగు శరీరసంస్కారముల నాశ్రయింపని మహర్షి అట్లనియుండెను. కాని దుర్వాసనయని కాదు. ఇంకొకటి. వ్యాసమహర్షి మహాయోగి. యోగప్రవృత్తికి ప్రథమచిహ్నములలో జెప్పబడినది సుగంధ మొకటి చూడుడు——

మార్కండేయపురాణము——

"అలౌల్య మారోగ్య మనిష్ఠురత్వం గన్ధశ్శుభో మూత్రపురీషమల్పం,
కాన్తిః ప్రసాద స్స్వరసౌమ్యతాచ యోగప్రవృత్తేః ప్రథమం
హి చిహ్నమ్॥" (అ.37)

కనుక దుర్వాసన యనుట దురూహ. అంబికాదులకు రాగమూలకప్రవృత్తి లేకుండుటకై వ్రతస్థానీయముగా తత్కాలమందు అవి, వారి కుపదేశింపబడిన నియమము లగుటచే తన సౌగంధ్యాదుల

తస్య కృష్ణస్య కపిలాం జటాం దీప్తే చ లోచనే ।
బభ్రూణి చైవ శ్మశ్రూణి దృష్ట్వా దేవీ న్యమీలయత్ ॥
అంబాలికా మథాఽభ్యాగా దృషిం దృష్ట్వాచ సాపి తమ్ ।
వివర్ణా పాండుసంకాశా సమపద్యత భారత! ॥"

మ. భా. చ. గారు ఈ శ్లోకములకు వ్రాసిన యర్థ మెట్లున్నది? "వ్యాసునియొక్క కపిలజటను, ప్రజ్వలించుచుండిన నేత్రములను కపిలవర్ణములు గల పొడుగుమీసముల జూచి రాణి కన్నులను మూసుకొనెను.

అంబాలిక కూడ వ్యాసుని వికృతరూపమును జూచి తెల్లపోయినది" అని యున్నది. ఇందు అంబిక కన్నులను మూసుకొనినది. అంబాలిక 'తెల్లపోయినది' అనియే యున్నది. కాని యొక్కరును ముక్కు మూసికొనినట్లు లేదు. మ. భా. చ గారు లన్నట్లు వ్యాసుని యందు దుర్వాసనయే నిజమైనయెడల వారు ముక్కు మూసుకొనవద్దా? దుర్వాసన కలిగినపుడు కండ్లు మూసికొనుటయు! తెల్లబోవుటయునా? కనుక అంబికాంబాలికలు ముక్కుమూసికొనినట్లు లేనందున నీసిదర్శనముచే ప్రతివాదులన్న దుర్వాసన, ప్రతివాదుల అంతఃకరణమందున్నదే కాని, వ్యాసునియందున్నది కాదు. ఇక దీనిని విడచి మ. భా. చ. గారుల వ్రాతలోని యంశాంతర మవలోకింతము—

"వ్యాసునిచే జెప్పబడిన వ్రతము చేయకపోవుటచేతను, అతడు

రిద్ధతికి నిదియె గొప్ప వ్రతము. అనుటచే వికారరూపసహనమే వ్రత మని యర్థము. ఆవికారరూపసహిష్ణుత్వ మొకసంవత్సరమున కలవడు నని తలచి యావ్రతము జేయు మనినాడు "ఆయునెలల సహవాసముచే వారు వీరగుదురు" అనినటులు వ్యాసునితో నొకయేడాది రూపగంధాదికములను సహించి యుండినారు లుండి నచో వారి కలవాటయి దాంపత్యానుకూలత గలిగి యుక్త సంతానము వారికి గలిగియుండును. అట్లు కాకుండుటచేతనే యయుక్తసంతతి రాణులకు గలిగెను.' (మ. భా. చ, పు 148)

ఈవ్రతలో బుట్టుగుడ్డియు, పాండురోగియు గలుగుటకు హేతువు వ్యాసునిచే జెప్పబడిన వ్రతము చేయకపోవుట అతడు చెప్పిన వికృతరూపమును సహింపకపోవుట యనునూత్కృగోపమే యని కొంద రన్నా రనుచు వారిమాటను వ్రతివాదులు నిరసించినారు. ఆకొంద రన్నమాటలో వ్రతము చేయకపోవుట, విరూపతను సహింపక పోవుట అను రెండు దోషములు లుదాహరింపబడియున్నవి. అట్లు వా రనుటకు—

"వ్రతం చరేతాం తే దేవ్యౌ నిర్దిష్ట మిహ యన్మయా ।
సంవత్సరం యథాన్యాయం తత శ్శుద్ధే భవిష్యతః ॥
యది పుత్రః ప్రదాతవ్యో మయా క్షిప్ర మకాలికః ।
విరూపతాం మే సహతాం తయో రేతత్ పరం వ్రతమ్ ॥"

అనుచు సంవత్సరవ్రత మొకటియు, తాత్కాలికవ్రత మొకటియు నుపదేశింపబడెను. ఆసంవత్సరవ్రత మెట్టిదో కాలవిలంబమున కిష్టపడని సత్యవతీదేవి యడుగనే లేదు. అందుచే మహర్షి చెప్పలేదు. తాత్కాలికవ్రతస్వరూపమే చెప్పబడెను.

ఇట్లుండ మ. భా. చ. కారులు వికారరూపసహన మొక్కటియే వ్రతమనియు, నది యొకవత్సరమున కలవడునని తలచి యావ్రతము జేయు మనినాడనియు వ్రాసి "ఆఱునెలలసహవాసముచే వారు వీరగుదురు" అను సామెతను తమకల్పనకు బలకరముగా పైవాదము జూపి నిరసింపబూనిరి. వ్యాసమహర్షి యీసామెతను బట్టియే చెప్పిన యెడల నాఱుమాసములకే వారు వీరగుచుండ సంవత్సరమని యేల చెప్పెను? 'యది పుత్రః ప్రదాతవ్యో మయా భ్రాతు రకాలికః, విరూపతాం మే సహతామ్' అనుచు విరూపత్వసహనము అకాలపుత్రప్రదానమునకు అవలంబింపవలసిన వ్రతమని యుండగా సంవత్సరవ్రతమే యిది యనుట యెట్లుపొసగును? కనుక నిది యసంగతము. వ్యాసునితో నొక యేడాది రూపగంధాదికములను సహించి యంబికాదులుండినచో యుక్తసంతానము వారికి గలిగియుండుననట! ఆహా! సత్యవతీదేవితో ప్రసంగించి యావ్రతవిషయము జెప్పి—

"సమాగమన మాకాంక్షే దితి సోఽన్తర్హితో మునిః"

నారాకను కోరవలె నని చెప్పి యంతర్ధానమైన వ్యాసభగవానునితో రాజభార్యలకు సంవత్సరసహవాసమా? సత్యవతీదేవికి దర్శన

మ. భా. చ. కారుల వ్రాత యిట్లున్నది —“వ్యాసుడు మరి యొకప్పుడును స్త్రీలోలుడే అయ్యెను. శాంతిపర్వమున నీగాథ కలదు”—సత్యవతీసూనుం డగ్నికార్యపరుండై యొకప్పు డరణి పుచ్చుకొని మథింపదొడంగిన ఘృతాచియను నప్సరోవనిత లోచన గోచరయగుటయు, దానును గామగోచరత్వంబు నొందిన నయ్యిందువదన యతని తెరం గెఱింగి వంచనం జిలుకయై యుండె నతండును ధైర్యం బవలంబించి యరణికార్యపరుండై యుండ బ్రిబలుండగు నంగజుని చేయి నప్సరోరూపాతిశయాసక్తచిత్తుండైన యా సంయమి శుక్లం బయ్యరణియందుం బడియె నవ్విప్రుండు నిర్వికారంబగు నంతఃకరణంబుతో నరణిమథనం బొనరించె” పిమ్మట శ్రీశుకుడు పుట్టె నను నంశముతో మనకు నిమిత్తము లేదు. కాని వేదవ్యాసు నంతటివాడు పవిత్రమగు నరణిమథనసమయమున బేరటాండ్రపై దృష్టిబరపుటయె కాదు. వలచుట. అంతమాత్రమే కాదు. అరణిని స్వశుక్లముచే నపవిత్రముచేయుట. యెట్టి ధర్మము? ” (పు. 160)

ఈపవిత్రవాదులకు శుక్లనిస్సరణముతోనే పనిగాని సుతోత్పత్తితో బనిలేదట. వారి కంత మాత్రమే అపేక్షిత మన్నమాట. పుత్రార్థియై తపము జేసి యీశ్వరవరము నందుకొనియున్న వేదవ్యా

తేజసావృత్య లోకాం స్త్రీన్యశః ప్రాప్స్యతి తే సుతః।''

అని వర మిచ్చెను. అద్వితీయుడగు వేదవ్యాసమునీంద్రునకు అట్టిపరమపవిత్రుడైన శుకయోగి జన్మించుటకై కావలసిన కారణ సామగ్రి ఘటించుటలో నగ్నికై యరణిని మథించుచున్న మహర్షి కీశ్వరవరప్రభావమున భవితవ్యబలముచే నయత్నసిద్ధముగ ఘృతాచీ దర్శనము, అపై దైవికముగా మనోవికారము, ఆపైని మనోనిగ్రహ సామర్థ్యము, ఆపైన శుక్రనిస్సరణము, అవుడె యరణినుండి శుకయోగీంద్రావిర్భావము, ఇట్లు జరిగినది చూడుడు. శాంతిపర్వము (3'4 అ)

''సతు ధైర్యేణ మహతా నిగృహ్ణన్ హృచ్ఛయం మునిః।
న శశాక నియన్తుం త ద్వ్యాసః ప్రవిసృతం మనః॥
భావిత్వా చ్చైవ భావస్య ఘృతాచ్యా వపుషా హృతః।
యత్నా న్నియచ్ఛత స్తస్య మునే రగ్నిచికీర్షయా॥
అరణ్యామేవ సహసా తస్య శుక్ర మవాపతత్।
సోఽవిశంకేన మనసా తథైవ ద్విజసత్తమః॥
అరణీ మమన్థ బ్రహ్మర్షి స్తస్యాం జజ్ఞే శుకో నృప।
శుక్రే నిర్మథ్యమానే స శుకో జజ్ఞే మహాతపాః॥''

టీ "శుక్రే నిర్మథ్యమానే జాతత్వా చ్ఛుకః ఇతి రేఫలోపేన నామ కృతమ్

ఉత్పన్నమాత్రం తం వేదాః సరహస్యాః ససంగ్రహాః ॥
ఉపతస్థు ర్మహారాజ! యథాఽస్య పితరం తథా ।"

అట్లు అరణీగర్భసంభవుడైన శుకయోగి తండ్రియగు వ్యాస మహర్షితో సమానమై యుత్తమమగు రూపమును ధరించెననియు, పుట్టినతోడనె వేదవేదాంగవిద్యలు వ్యాసమహర్షికివలెనే శుకయోగికి గూడ స్వయముగా ప్రతిభాసించినవనియు చెప్పబడినది.

ఇట్లు శుకయోగి అరణినుండి శుక్రనిర్మంథనమూలమున నయోనిజుడై జన్మించినట్లుగ్రంథము చెప్పుచుండ దీనికి విరుద్ధముగా రహస్యకర్తలు "అరణి కాదు, అరణ్య యను నొక ఋషికన్యయందు శుకుడు కలిగెను" (పు 82) అని వ్రాయుట హేయము. "అరణ్యామేవ సహసా తస్యశుక్ర మవాప తత్" అనుటలో 'అరణ్యామ్' అనుపదముచే నరణియందు కలిగినట్లు చెప్పబడినది. 'అరణికాదు, అరణ్యయను కన్యయందు కలిగెను' అని వ్రాసిన రహస్యకర్తలు ఏమిచూచివ్రాసినట్లు? శ్లోకమందు 'అరణ్యామ్' అని యున్నది వారియూహ నిజమైనయెడల 'అరణ్యాయామ్' అని యుండవలయును.

మరియు—

'పరమర్షి ర్మహాయోగీ అరణీగర్భసంభవః' అని యున్నదిగాని 'అరణ్యాగర్భసంభవః' అని లేదు. మరియు దేవీభాగవతములో వ్యాసమహర్షి శుకునితో బ్రసంగించునపుడు "తప స్తప్త్వా మహాఘోరం

లేదని "వ్యాసుడు మఱియొకప్పుడును స్త్రీలోలుడే అయ్యెను. పేరటాండ్రపై దృష్టిబరపెను వలచెను' అని వ్రాయుట వారి దోషదృష్టినే వెల్లడించుచున్నది. ఈ మ భా. చ కారులే యొకచోట "యోగశక్తిచేతను, నింద్రియజయముచేతను వ్యాసుడంతదీర్ఘకాలము జీవించియుండె ననుటలో నతిశయోక్తిలేదు" (పు 45) అనుచు వ్యాసుని జితేంద్రియుడన్నారు. ఇచ్చట స్త్రీలోలుడన్నారు వారినోటికడ్డమున్నదా? వెనుక వేదవ్యాసుని ఛండాలజాతిజుడన్న మ. భా. చ. కారులకు వారు చూపిన శాంతిపర్వ వచనగ్రంథములో వ్యాసుడు విప్రుడనియే యున్నదిసుమా. యని తెలుపుచు నంశాంతర మందుకొనుచున్నాము—

"దృష్టో ధర్మవ్యతిక్రమః" అను ఆపస్తంబసూత్రము
వ్యాసునియందు వర్తించె నను ప్రసంగము—తన్నిరాకరణము.

మ భా. చ. కారుల వ్రాత యిట్లున్నది—

"దృష్టో ధర్మవ్యతిక్రమ స్సాహసం చ' అను నాపస్తంబుని సూత్రము వ్యాసునియందు వర్తించెను కాన వాల్మీకివలె వ్యాసుడు ధర్మప్రతిపాదకస్వభావముగలఋషి కాడనితలంపవలసియున్నది' (పు160)

వ్యాసునియందు ధర్మవ్యతిక్రమము దృష్టమయ్యెనట. అందుచే నాతడు ధర్మప్రతిపాదకస్వభావముగల ఋషి కాడట. వ్యాసుడుతాను

౨౫. ప్రమాణము—

ఆపస్తంబధర్మసూత్రము— (ప్ర. 2 ఖ13)

"దృష్టో ధర్మవ్యతిక్రమ స్సాహసంచ పూర్వేషామ్ ॥
"తేషాం తేజోవిశేషేణ ప్రత్యవాయో న విద్యతే॥"

వ్యా కి మిదానీం తేషాం దోషః? నే త్యాహ—తాదృశంహి తేషాం తేజః యదేవంవిధైః పాపభి ర్న ప్రత్యవయన్తి తథాచ ఛాందోగ్యే శ్రూయతే—తద్యథైషీకాతూల మగ్నౌ ప్రోతం ప్రదూయే తైవం హాస్య సర్వే పాప్మానః ప్రదూయన్తే" ఇతి.

"త దన్వీక్ష్య ప్రయుంజాన స్సీద త్యవరః"

వ్యా...తం చ వ్యతిక్రమం తచ్చ సాహస మన్వీక్ష్య దృష్ట్వా స్వయమపి తథా ప్రయుంజానో ఽవరః ఇదానీన్తనః సీదతి ప్రత్యవైతి నహ్యగ్ని స్సర్వం దహతీ త్యస్మాక మపి తథా శక్తి రితి"

పూర్వులయందు గోచరించిన ధర్మవ్యతిక్రమము సాహసము. వారి తేజోవిశేషముచే నగ్నియందు పడిన దూదివలె భస్మమై వారికి దోష మాపాదింపదు సర్వమును దహించెడి శక్తి యగ్ని కున్నట్లు అన్యులకు లేదు కనుక వారు చేసినట్లు అన్యుడు చేసిన చేటు తప్పదు. అని భావము.

డని ప్రతివాదులకు వారి యాపస్తంబుడే గట్టిగా బోధించెను

ఆపస్తంబుఁడు చెప్పినట్లే వ్యాసమహర్షికూడ "యావదధికార మవస్థితి రాధికారికాణామ్" అను బ్రహ్మసూత్రముచేతను, శ్రీమద్భాగవతములో నోకానోకప్రస్తావమున "తేజీయసాం న దోషాయ వహ్నే స్సర్వభుజో యథా" అను వాక్యముచేతను మహాతేజశ్శాలులకు ధర్మవ్యతిక్రమములు తటస్థించినను వారి కవి దోషావహములు కావని చెప్పుచు నన్యు లావిధముగా జేయరాదని బోధించియుండెను. మహర్షులు తమకు తటస్థించిన ధర్మవ్యతిక్రమములను మీరుకూడ జేయుడని లోకులకు జెప్పినవారు కారు. వేదవిధుల ననుసరించి యధికారానుగుణముగా లోకులకు ధర్మములను బోధించినవారే. కనుకనే—

అనుష్ఠితంచ య ద్దేవై ర్మునిభి ర్యదనుష్ఠితమ్ ।
నానుష్ఠేయం మనుష్యై స్త దుక్తం కర్మ సమాచరేత్ ॥"

అను బోధాయనోక్తి దేవతలు చేసిన పనులను, మునులుచేసిన పనులను చేయక మనుష్యులు, ఆ దేవతలు మునులు చేయుమనిచెప్పిన పనులనే చేయవలసిన దని తెలుపుచున్నది ఇట్లుండ వ్యాసునియందు ధర్మవ్యతిక్రమము దృష్టమయ్యెనట! అందుచే వ్యాసుడు ధర్మప్రతిపాదకస్వభావుడు కాడట! ఆహా! అష్టాదశమహాపురాణములను, మహాభారతమును, బ్రహ్మసూత్రములను, వేదభాగమును లోకుల కనుగ్రహించి నారాయణావతారమై అణిమాదిశక్తులుకలిగి విరాజిల్లు వ్యాస

అను శ్లోకము జ్ఞప్తికి వచ్చుచున్నది పాయసపాత్రలో మునిగి నను గరిటెకు రుచి తెలియునా?

"వాల్మీకివలె వ్యాసుడు ధర్మప్రతిపాదకస్వభావముగల ఋషి కా" డను ప్రతివాదుల మాటకు రామాయణమువలె మహాభారతము ధర్మప్రతిపాదకము కాదను తాత్పర్య మూహ్య మగుచున్నది.

ఈవిషయమై రామాయణ బహాభారతములను గూర్చి లోకమాన్యుడు వ్రాసిన విషయమును మాత్రమే వారికి వినిపింతము—గీతారహస్యపరిశిష్టము—(పు. 717)

"మహాభారతమువలెనే రామాయణముసైతము ఎల్లవారును గౌరవించునదియు, గొప్పదియు నగు నార్షమహాకావ్యము గాన దానియందును కథాసందర్భమునుబట్టి సత్యములును, పుత్రధర్మములును, మాతృధర్మములును, రాజధర్మములును మొదలగువానియందలి రహస్యము వివేచింపబడినది. కాని యీరామాయణము మహాభారతమువలె ననేకసమయాన్వితము కాదుకనుక (అనగా సూక్ష్మములగు ధర్మాధర్మములయొక్క అనేకన్యాయములతో నిండి యెల్లరకు నన్నివిధములచేతను శీలచరిత్రములను బోధించుటకై వాల్మీకి రచియింపలేదు గాన) ధర్మాధర్మములనుగాని, కార్యాకార్యములనుగాని, నీతినిగాని, బోధించువిషయమున మహాభారత

తిపాదకస్వభావుడే యనిస్పష్టమైనది. ప్రతివాదు లుదాహరించినఆపస్తం బుని సూత్రమును బట్టి వ్యాసమహర్షి పరమపావనుడని స్పష్టమైనది. వెనుక ప్రదర్శింపబడిన పూర్వోత్తరమీమాంసాశాస్త్రములుకూడ వ్యాసమహర్షిని పరమపావను డనియే నిరూపించినవి కనుక మ. భా. చ. కారుల అసంగతప్రసంగ మపాస్తమైనది.

అంశాంతర మవలోకింతము—

ధర్మమును క్రిందుగా నిరూపించినవాడు వ్యాసు డను వాదము—
తన్నిరాకరణము.

"మోక్షమునకు ధర్మమును అర్థకామములచే క్రిందుగా నిరూపించి నవాడు వ్యాసుడు" (మ. భా. చ పు160)

ఈ మ భా చ కారులు మహాభారతమును తా మేపద్ధతిని విమర్శింపబూనిరో తెలుపుచు వెనుక నిట్లు వ్రాసియున్నారు—

"రామాయణమహాభారతములు పాశ్చాత్యవిద్యాపద్ధతి ననుసరించి బహిరంగపరీక్షకు లోనగుచున్నవి. అంతరంగపరీక్షకంటె బహిరంగపరీక్ష జనసామాన్యదృష్టి నాకర్షించి విశేషవివాదములకు కారణ మగును. (బహిరంగపరీక్ష యనగా గాథ జరిగిన కాలము, కవి కాలము, గాథావిశేషములు మొదలగువాని విమర్శనము. అంతరంగపరీక్ష యనగా శబ్దార్థాదివిమర్శనవిశేషములు— (నాశక్తి

లేనిదే గ్రంథస్థవిషయ మెట్లు తెలియును? అది తెలియనపుడు గ్రంథమం దేమున్నదో యెట్లున్నదో చెప్పుటకు వీ రనధికారులు. కనుక ధర్మమును క్రిందుగా నిరూపించినవాడు వ్యాసుడను వీరిమాట హాస్యాస్పదము. ఇట్టిప్రతివాదుల కితోధికము చెప్పుట యనావశ్యక మగుటచే నింతటితో దీనిని విడిచి యంశాంతర మందుకొందము.

—♦ కర్ణోత్పత్తిప్రస్తావము ♦—

కన్యకలు బిడ్డల గనుట దోషముకాదను వాదము—తన్నిరాకరణము.

"నాడు కన్యకలు బిడ్డల గనుట దోషము కాదని యాశ్రమవాసపర్వములోని కుంతీవ్యాసుల సంభాషణము చెప్పుచున్నది"

"వ్యాసుని తల్లి యగుసత్యవతికూడ కుంతివలె రహస్యముగా వ్యాసుని గని కన్యాభావము నొందుట గమనింపతగినవిషయము. "మామయగు వ్యాసునితో గుంతి తన చిన్నతనపుచేష్టను వెల్లడించినటులు వ్యాసుని తల్లి సత్యవతి సవతికొడుకగు భీష్మునికడ తన చిన్నతనపుజేష్ట నిట్లు సంతోషపూర్వకముగానే చెప్పినది"

"వ్యాసభీష్ములవంటి మహానుభావు లట్టి యధర్మమును ధర్మముగా నంగీకరించుట కానాటి దేశకాల పరిస్థితులే కారణమై యున్నవా? లేక వ్యాసభీష్ములుకూడ ధర్మవైరుద్ధ్యమున కిష్టపడియుండిరా? ఆలోచింప నాటి పరిస్థితులే అట్టివి కావచ్చు నని తోచెడి" (పు. 77 80)

[illegible] జాతము —

ఆశ్రమవాసపర్వ—(అ. 30)

"భగవన్! శ్వశురో మేఽసి దైవతస్యాపి దైవతమ్ ।
స మే దేవాతిదేవ స్త్వం శృణు సత్యాం గిరం మమ ॥
తపస్వీ కోపనో విప్రో దుర్వాసానామ మే పితుః ।
భిక్షా ముపాగతో భోక్తుం త మహం పర్యతోషయమ్ ॥
శౌచేన త్వాగస స్త్యాగై శ్శుద్ధేన మనసా తథా ।
కోపస్థానే ష్వపి మహా త్స్వకుప్య న్న కదాచన ॥
స ప్రీతో వరదో మేఽభూ త్కృతకృత్యో మహామునిః ।
అవశ్యం తే గ్రహీతవ్య మితి మాం సోఽబ్రవీ ద్వచః ॥
తత శ్శాపభయా ద్విప్ర మవోచం పున రేవ తమ్ ।
ఏవ మస్త్వితిచ ప్రాహ పున రేవ స మే ద్విజః ॥
ధర్మస్య జననీ భద్రే భవిత్రీ త్వం శుభాననే ।
వశే స్థాస్యన్తి తే దేవా యాం స్త్వ మావాహయిష్యసి ॥
ఇత్యుక్త్వాఽన్తర్హితో విప్ర స్తతోఽహం విస్మితాఽభవమ్ ।
నచ సర్వా వ్వవస్థాసు స్మృతి ర్మే విప్రణశ్యతి ॥
అథ హర్మ్యతలస్థాఽహం రవి ముద్యన్త మీక్షతీ ।
సంస్మృత్య తదృషే ర్వాక్యం స్పృహయన్తీ దివాకరమ్ ॥
స్థితాఽహం బాలభావేన తత్ర దోష మబుధ్యతీ ।
అథ దేవస్సహస్రాంశు ర్మత్సమీపగతోఽభవత్ ॥

త మహం రక్షితీ విప్రం శాపా దనపకారిణమ్ ।
పుత్రో మే త్వత్ప్రమో దేవ భవే దితి తతో౽బ్రువమ్ ॥
తతో మాం తేజసా౽౽విశ్య మోహయిత్వా చ భానుమాన్ ।
ఉవాచ భవితా పుత్ర స్తవేత్యభ్యగమ ద్దివమ్ ॥
తతో౽హ మ న్తర్భవనే పితు ర్వృత్తా న్తరక్షిణీ ।
గూఢోత్పన్నం సుతం బాలం జలే కర్ణ మవాసృజమ్ ॥
నూనం తస్యైవ దేవస్య ప్రసాదా త్పున రేవ తు ।
కన్యా౽హ మభవం విప్ర యథా ప్రాహ స మా మృషిః ॥
స మయా మూఢయా పుత్రో జ్ఞాయమానో౽ ప్యుపేక్షితః ।
త న్మాం దహతి విప్రర్షే యథా సువిదితం తవ ॥
యది పాప మపాపం వా య దేత ద్వివృతం మయా ।
ఇత్యుక్తః ప్రత్యువాచేదం వ్యాసో వేదవిదాం వరః ॥
సాధు సర్వ మిదం భావ్య మేవ మేత ద్యథాత్థ మామ్ ।
అపరాధశ్చ తే నాస్తి కన్యాభావం గతా హ్యసి ॥
దేవా శ్చైశ్వర్యవన్తో వై శరీరా ణ్యావిశ న్తి వై ।
స న్తి దేవనికాయాశ్చ సంకల్పా జ్జనయ న్తి యే ॥
వాచా దృష్ట్యా తథా స్పర్శా త్సంఘర్షేణేతి పంచధా ।
మనుష్యధర్మో దైవేన ధర్మేణహి న దుష్యతి ॥
ఇతి కున్తి విజానీహి వ్యేతు తే మానసో జ్వరః ।

పరిచర్య జేసితిని. అంతట వరదుడైన మహార్షి సంతుష్టుడై వర మిచ్చి మంత్రముపదేశించి నీ వే దేవతల నాహ్వానింతువో వారు నీకువశులగు దురు నీవు ధర్మజనని వయ్యెదవు. అని చెప్పి యంతర్హితుడయ్యెను నేనాశ్చర్యపడితిని. ఆమహార్షి యుపదేశము సర్వావస్థలయందును నాకు స్మృతికి వచ్చుచునే యుండెను. అంతట ప్రాసాదముపైనున్న నే నుద యించుచున్న సూర్యుని జూచి ఋషివాక్యమును స్మరించి బాల్యముచే నేమి చిక్కువచ్చునో యెరుగక సూర్యుని ధ్యానన జేసితిని. అపుడాసూ ర్యుడు దేహాంతరమును ధరించి నాసమీపమునకు వచ్చి వరము కోరు మనగా నేను వందనము జేసి వెళ్ళుమంటిని.

అప్పుడు సూర్యుడు- నాయాహ్వానము వ్యర్థము కాకూడదు. నీకును నీకు, వరమిచ్చిన విప్రునకును హాని గలిగింతును అని చెప్పగా సూర్యశాపమునుండి దుర్వాసుని రక్షింపదలచి నీతో సమానుడగు పుత్రుడు నాకు గలుగవలెనని కోరితిని అంతట, తేజస్సుచే నన్నావే శించి వ్యామోహితురాలిని జేసి నీకు బుత్రుడు కలుగునని చెప్పి దివ మున కేగెను

తరువాత నేనంతఃపురమందు గూఢోత్పన్నుడైన బాలుని-పితృ మర్యాదను కాపాడుదాననై జలమందు విడిచితిని. నిజముగా నాసూ ర్యదేవుని కటాక్షమున మరల నాకు కన్యాత్వము ప్రాప్తించినది. దుర్వాసోమహార్షి చెప్పినట్లే జరిగినది. నేను మూఢురాలనై పుత్రు

న్నది. నీ కపరాధము లేదు. [illegible]

దిసిద్ధులుకల దేవతలు శరీరముల నావేశింతురు. సంకల్పముచేతను, వాక్కుచేతను, దృష్టిచేతను, స్పర్శచేతను, రతిచేతను, ఐదువిధములుగా దేవతలు సంతతి నిచ్చుచుందురు మనుష్యధర్మము దైవధర్మముచే దూషితము కాదు కుంతిదేవీ! నీకు మనోవ్యథతో బనిలేదు. అని చెప్పెను.

ఇందు, కుంతీదేవి మాటలలో కన్యావస్థయందు సూర్యసంబంధమున తనకు గూఢముగా సుతుడు గలుగుట, తండ్రి మర్యాదను కాపాడుటకై శిశువును జలమందు విడుచుట జరిగెనని యున్నది అట్లు ఆమె విడుచుట లోకాపవాదభీతిచేతనే యని స్పష్టమగుచున్నది.

వ్యాసభగవానుని మాటలలో గూడ దుర్వాసోమహర్షి యుపదేశము మొదలు సూర్యసంబంధసుతోత్పత్తిసుతపరిత్యాగాంతకృత్యములు విధివశమున జరిగినవి ఆఘటన యంతయు నీకు కన్యాదశయందు అట్టి యిచ్ఛలేనప్పుడు తటస్థించినది కనుకను, దేవతలు సంకల్పాదులచే నైదువిధములుగా సంతతినిచ్చువారు కనుక దేవధర్మముచే మనుష్యధర్మము దూషితము కాదు కనుకను నీతప్పు లేదు అని యున్నది ఈకుంతీవ్యాససంభాషణములో కన్యకలు బిడ్డల గనుట దోషము కాదని యున్నదా? సూర్యానుగ్రహమున సుతుని గన్న కుంతీదేవి కది దోషము కాదని యున్నదా? మ భా.చ. కారులన్నట్లు నాడు కన్యకలు బిడ్డల గనుట దోషము కానియెడల సమాజ

దూషితము కాదని యెలచెప్పెను? కనుక 'నాడు కన్యకలు బిడ్డల గనుట దోషము కాదని... కుంతీవ్యాసుల సంభాషణము చెప్పుచున్నది'' అను వ్రాత నింద్యము

రహస్యకర్తలు—వ్యాసమహర్షి కుంతి కిడిన ప్రత్యుత్తరవాక్యములను విచారింతము అని యిట్లు వ్రాసిరి—ఉత్తమమానవు డొకప్పుడు తన పాపకర్మకు పశ్చాత్తాపపడుట యుక్తమేకాని జీవితకాల మంతయు చింతింపగూడదు.. పశ్చాత్తాపముచే పాపపరిహారము గావించుకొని యంతటితో నాపాపచింతను వీడి నిర్మలమైన మనస్సుగలవాడై యిక నాపాపకర్మలవెంట బోవక స్వోచితప్రవర్తనుడై మెలంగవలయును ఈ హేతువుచేతనే వ్యాసుడు కుంతితో ''ఇక నీకాచింత యుండగూడదు' అని స్పష్టముగా జెప్పియున్నాడు'' (పు 41)

ఈ ప్రతివాదుల విచారములో— కుంతికి పాపము తటస్థించెననియు, నది యామె పశ్చాత్తాపముచే బరిహృత మైన దనియు నిక నీకాచింత యుండగూడదని మహర్షి బోధించె ననియు తేలినది.

ఇక్కడ గ్రంథమందు 'అపరాధశ్చ తే నాస్తి,' 'మనుష్యధర్మో దైవేన ధర్మేణ హి న దుష్యతి । ఇతి కుంతి విజానీహి వ్యేతు తే మానసో జ్వరః'' అనుటలో నీకు పాపమే లేదని బోధించె నని యున్నది కనుక వీరిది దుర్విచారమే పశ్చాత్తాపముచే పాపపరిహారము గావించుకొనవలెనట జీవితకాలమంతయు చింతింపరాదట. ఇంత

తి న్మాం దహాతి విప్రర్షే... యద పాప మపాపం వా యు ద

త ద్విపృతం మయా" అనుచు నీయొద్ద వివరింపబడిన యీావిషయము పాపమో పుణ్యమో నన్ను పీడించుచున్న దని తన విచారమును వెల్లడించెను. ఇట్లుండ మ. భా చ కారులు ఈశ్లోకముల కర్థము జెప్పుచు— "కుంతికి రహస్యముగా బిడ్డం గంటి నను విచారము లేదు కాని ఆబిడ్డను దెలిసియు, నుపేక్షించితి నను నదియే విచారకారణము" (పు 78)

అని వ్రాయుటయు నింద్యమే

"అథ హర్మ్యతలస్థాహం రవి ముద్యంత మీక్షతీ ।
సంస్మృత్య తదృషే ర్వాక్యం స్పృహయంతీ దివాకరమ్ ॥
స్థితాహం బాలభావేన తత్ర దోష మబుద్ధ్యతీ ।"

అనుచు బాల్యముచే సూర్యభగవానుని భావన జేసిన వచ్చెడి దోష మెరుగక హర్మ్యతలమం దుండి సూర్యుని భావన చేసితిని. అని చెప్పుకొనుటలో సూర్యుని భావన జేయుటే తప్పైన దని యీాంమె విచారించినట్లు కనబడ లేదా? ప్రతివాదు లన్నట్లు రహస్యముగా బిడ్డను గంటి నని కుంతీదేవికి విచారమే లేని యెడల వ్యాసభగవానుని మాటలలో—

"అపరాధశ్చ తే నాస్తి కన్యాభావం గతా హ్యసి ।
దేవా శ్చైశ్వర్యవంతో వై శరీరా ణ్యావిశంతి వై ॥

మున కవసర మేమి?

రహస్యముగా బిడ్డను గన్న విచార మామెకు పరిహరించుటకే ఆప్రసంగ మవసరమైనది. కనుక సీ మ భా. చ. కారుల వ్రాత హేయము.

— కర్ణోత్పత్తినిగూర్చి రహస్యకర్తల వాదము-తన్నిరాకరణము —

ఈవిషయములో రహస్యకర్త లెంతవిరుద్ధముగా వ్రాసిరో చూడుడు—

“కుంతీపరిచర్యచే తృప్తుండైన యతి యామెకు మంత్రోపదేశ మొనరించినపుడు యౌవనవతి యగు కుంతి యౌత్సుక్యముచే మంత్రసత్త్వమును గ్రహింపగోరి సూర్యమండలాంతర్వర్తి యగు నాధిదైవికపురుషునియందు మనసుంచి తన మంత్రమొక సత్త్వవంతునియందు ప్రయోగింప నామంత్రశక్తిచే ప్రేరితుండైన పురుషునియందు మంత్రమూర్తి యగు సూర్యు నావహింపజేసి తన్మూర్తియందే లక్ష్యముంచి యాసత్త్వవంతునితో భోగించెను. అందుచే నామె గర్భమునందు సూర్యసన్నిభుం డగు కుమారుడు జన్మించెను” (పు. 439)

“ఈకర్ణజననమునుగూర్చి కొందరు విమర్శకులు ఈమె దుర్వాసునకు పరిచర్యచేయుచున్న సమయమున నీమెయందు కామమోహితుడైన దుర్వాసునివలననే యీయామె గర్భవతియై యుండును

కాని యింత సత్య మెంతవరకు గలదో మన మూహింపలేము. దుర్వాసునివంటి దివ్యర్షి యిటువంటి యకృత్యమును గావించెనను టయు సందేహాస్పదముగా నున్నది. కాని యనవసరక్రోధమునకు వశుడైనట్లే కామమునకు గూడ వశుడై యుండవచ్చుననియు తోచుచున్నది. పరాశరుని వంటి తపోధనుడు అవివాహితగా నున్న సత్యవతిని భోగించెను అట్లే యిచ్చట దుర్వాసుడు కూడ కుంతిని భోగించెనేమో?'' (పు॥19)

ఔరా! వీరి దెంత వక్రమార్గమో ' చూడుడు —కుంతీదేవికి మంత్రోపదేశముచేసినవాడు యతి యగు దుర్వాసుడట. ఆమంత్ర మూర్తి సూర్యుడేనట. సూర్యమండలాంతర్వర్తియందే కుంతీదేవి మన సుంచెనట. తనమంత్రమును మాత్రము సత్త్వవంతుడగు నొక పురుషునియందు ప్రయోగించి యాపురుషునియం దామంత్రశక్తిచే సూర్యు నావహింపజేసెనట సూర్యునియందే లక్ష్యముంచి యాసత్త్వ వంతునితో భోగించెనట అందుచే సూర్యసన్నిభు డగు కుమారుడు జన్మించెనట వీరి వ్రాతనుబట్టికూడ మంత్రమూర్తి సూర్యుడే యైయుండ, కుంతీదేవి తనకు లక్ష్యమైయున్న సూర్యునియందే తన మనస్సు నిలిపియుండ, మంత్రశక్తి నంగీకరింపక గత్యంతరము వీరికి లేనిదైయుండ, మంత్రశక్తిచే నాసూర్యుడు వచ్చి యెచ్చనియుందో

దాని నెత్తిపై నుంచి యది కరగి దానికండ్లలోనికి కారినతరువాత బక మును బంధించెనట దానినెత్తిపై వెన్న బెట్టినపుడే బంధింపదగియుండ నాపైచర్య వ్యర్థప్రయాసముగుటచే నది బకబంధనప్రయాసమనబడినది.

పాప మీరహస్యకర్తలకు సూర్యుడేమి? శరీరధారియై కుంతీ దేవియొద్దకు వచ్చి సంతాన మిచ్చుటయేమి? అనిపించినది కాబోలు. వీరికి శాస్త్రమర్యాద నొకింత వినిపింతము.—

దేవతాధికరణము- బ్రహ్మసూత్రము.—

"భావంతు బాదరాయణోఽస్తి హి"

భాష్యమ్—అస్తి హ్యైశ్వర్యయోగా ద్దేవతానాం జ్యోతిరా ద్యాత్మభిశ్చావస్థాతుం యథేష్టంచ తం తం విగ్రహం గ్రహీతుం సా మర్థ్యం। తథాహి శ్రూయతే... మేధాతిథిం హ కాణ్వాయన మిన్ద్రో మేషో భూత్వా జహార.

స్మర్యతేచ—ఆదిత్యః పురుషోభూత్వా కున్తీ ముపజగామహ" ఇతి...యాదృశం మన్త్రార్థవాదయో రింద్రాదీనాం స్వరూప మవగతం న తత్తాదృశం శబ్దప్రమాణకేన ప్రత్యాఖ్యాతుం యుక్తమ్, ఇతిహాస పురాణమపి వ్యాఖ్యాతేన మార్గేణ సంభవన్మన్త్రార్థవాదమూలత్వా త్ప్రభవతి దేవతావిగ్రహాదిసాధయితుం ప్రత్యక్షాదిమూలమపిసంభవతి. భవతి. హ్యస్మాకమప్రత్యక్షమపి చిరంతనానాం ప్రత్యక్షం తథా।

ధాయిశాస్త్ర మనర్థకం స్యాత్.

తస్మాద్ధర్మోత్కర్షవశా' చ్చిరన్తనా దేవాదిభిః ప్రత్యక్షం వ్యవజహ్రు రితి శ్లిష్యతే. యోగోఽప్యణిమాద్యైశ్వర్యప్రాప్తిఫలః స్మర్యమాణో న శక్యతే సాహసమాత్రేణ ప్రత్యాఖ్యాతుం। శ్రుతిశ్చ యోగమాహాత్మ్యం ప్రఖ్యాపయతి... ఋషీణా మపి మన్త్రబ్రాహ్మణదర్శినాం సామర్థ్యం నాస్మదీయేన సామర్థ్యే నోపమాతుం యుక్తం తస్మాత్సమూల మితిహాసపురాణమ్'

దీనికి తాత్పర్య మేమనగా— యోగశక్తులను బట్టి సూర్యాది దేవతలకు జ్యోతిర్మండలాదిరూపములతో నుండుటకును, ఇష్టము వచ్చిన విగ్రహము ధరించుటకును గూడ సామర్థ్యముకలదు కనుకనే ఇంద్రుడు మేషమై మేధాతిథిని యెత్తుకొనిపోయె నని వేదమందును, సూర్యుడు పురుషరూపముధరించి కున్తీదేవిని బొందె నని యితిహాస మందును చెప్పబడినది. మంత్రార్థవాదములయందు ఇంద్రాది దేవతల కెట్టి స్వరూపము మనకవగత మగుచున్నదో దానిని శబ్దము ప్రమాణ మనువాడు నిరాకరింప వీలులేదు మంత్రార్థవాదమూలకము లైన పురాణేతిహాసములుకూడ దేవతావిగ్రహాదికమును సాధింప సమర్థము లగుచున్నవి.

మనకు ప్రత్యక్షము కాకున్నను పూర్వులకు ప్రత్యక్షమగుటచే

[illegible] దానిచే [illegible] ధర్మములను భగ్నము చేయును. ఇప్పటివలెనే కాలాంతరమందు కూడ వర్ణాశ్రమధర్మము లవ్యవస్థితములే యగును. దానివలన వ్యవస్థావిధాయకమైన శాస్త్రము నిరర్థకమగును.

కనుక ధర్మాతిశయమును బట్టి పూర్వులు దేవతలతో వ్యవహరించినారనుట యుక్తము. యోగశాస్త్రోక్తమై అణిమాదిశక్తిసంపాదకమైయున్న యోగమును సాహసమాత్రమున నిరాకరించుట అయుక్తము. వేదముకూడ యోగమహిమలను ప్రతిపాదించుచున్నది. మంత్రద్రష్టలగు మహర్షుల సామర్థ్యము కూడ మనసామర్థ్యము వంటిదే యనుట అయుక్తము. కనుక పురాణేతిహాసములు సప్రమాణములే అని.

పరిశీలింపగా మనశాస్త్రమర్యాద యిట్లున్నది. ప్రతివాది ప్రసంగము లట్లున్నవి. కనుక రహస్యకర్తల అప్రామాణికప్రసంగము నింద్యము. వెనుక జూపిన కుంతీదేవి వాక్యములో—

"స్థితాఽహం బాలభావేన తత్ర దోష మపశ్యతీ ।"

అని మాటె బాల్యమందున్నట్లుండ రహస్యకర్తలు "యౌవనవతియగు కుంతి యన్నివ్రాయుట" అక్రమము.

"గమ్యతా మితి తం చాహం ప్రణమ్య శిరసాఽవదమ్ ।"

[illegible]

దుర్వాసునకు పరిచర్య చేయుచున్నపుడు కామమోహితుడైన దుర్వాసునివలననే యామె గర్భవతి యై యుండును గాని దుర్వాసుని మంత్రప్రభావమున గాదని కొందరు విమర్శకులు చెప్పుచున్నారట. ఇందు సత్య మెంతవరకు గలదో మన మూహింపలేమట దుర్వాసుని వంటి దివ్యర్షి ఇటువంటి అకృత్యమును చేసె ననుటయు సందేహాస్పదముగా నున్నదట కాని యనవసరక్రోధమునకు వశుడైనట్లే కామమునకు గూడ వశుడై యుండవచ్చు ననియు తోచుచున్నదట. పరాశరునివంటి తపోధనుడు అవివాహితగా నున్న సత్యవతిని భోగించినట్లే దుర్వాసుడు గూడ గుంతిని భోగించె నేమో అట

ఇదిమహాభారతగ్రంథవిరుద్ధము, బ్రహ్మసూత్రభాష్యవిరుద్ధము, రహస్యకర్తల ప్రథమప్రసంగమునకు విరుద్ధము

మఱియు, ఆమె దుర్వాసునివలననే గర్భవతియై యుండును గాని దుర్వాసుని మంత్రప్రభావమున గాదను వారి మాటలో సత్య మెంతవరకు గలదో మన మూహింప లేమందురే. వారికల్పన నిరాధార మనియు, గ్రంథవిరుద్ధమనియు త్రోసివేయక యీరహస్యకర్తలను అందలి సత్య మూహింపు మని కోరినవా రెవరు?

అందు సత్య మెంతవరకు గలదో మన మూహింపలేమన్న వీరు తుదకు దుర్వాసుడు 'కుంతినిభోగించెనేమో' అనియూహించుటకు

థస్థమైయున్నట్లు దుర్వాసుని ప్రవృత్తి గ్రంథస్థముగా లదమి: దుర్వాసు డట్లు ప్రవర్తించుటే నిజమైనయెడల నట్లే గ్రంథస్థమై యుండదా? పరాశరప్రవృత్తి నున్న దున్నట్లు చెప్పిన మహాభారతకర్త దుర్వాసుని ప్రవృత్తిని దాచునా? అనవసరక్రోధమునకు వశుడైనట్లే కామమునకు గూడ వశుడైయుండవచ్చునని తోచుచున్న దందురా? క్రోధమునకు వశుడైనసంగతి గ్రంథస్థ మగుటచే ప్రామాణికము ఆక్రోధవశుడగుటకూడ నెవ్వనియం దయ్యెనని గ్రంథము చెప్పెనోఅదియేప్రామాణికముగాని మరెవ్వనియందో కల్పించిచెప్పినది యప్రామాణికము

ఇట్టి స్థితిలో కామవశుడైనట్లు గ్రంథమందు లేనపుడు రహస్యకర్తల యూహ అప్రామాణికమే. ఇంద్రియగోచరముగాని విషయము గ్రహించుట కార్షగ్రంథమే శరణ్యము ఇట్లు రహస్యకర్తల ద్వితీయ ప్రసంగముకూడ పరాస్తమైనది''

ఇంతవరకు మ, భా. చ కారుల వ్రాతను పరీక్షించుచు ప్రసక్తానుప్రసక్తముగా కర్ణోత్పత్తినిగూర్చిన రహస్యకర్తల వ్రాతను గూడ బరీక్షించి యీ ప్రతివాదిప్రసంగములు హేయములని నిరూపించినాము—

ఇక మరల మ. భా. చ.కారుల వ్రాతనే అందుకొందము. వారి

—• కుంతీసత్యవతుల కన్యాత్వము. •—

"వ్యాసుని తల్లియగు సత్యవతికూడ కుంతివలె రహస్యముగా వ్యాసుని గని కన్యాభావము నొందుట గమనింపదగిన విషయము.

మ భా. చ. కారు లీవ్రాతచే- కర్ణజన్మానంతరము కుంతీదేవికిని, వ్యాసజన్మానంతరము సత్యవతీదేవికిని అనుగ్రహింపబడిన కన్యాత్వము లో నాక్షేపమును సూచించుచున్నారు. గ్రంథమందు ప్రామాణ్య బుద్ధిలేనివారి ధోరణి యిట్లేయుండును. ఇట్టివారు ప్రమాణగ్రంథముల విమర్శించుటకు అనధికారులు అప్రమాణగ్రంథస్థవిషయములను శా స్త్రకర్తలు ప్రామాణికములని కీర్తించుచుండ వాని నప్రామాణికము లనుచున్న వీరివ్రాత హేయము.

సత్యవతీదేవికి పరాశరమహర్షియు, కుంతీదేవికి సూర్యభగవాను డును కన్యాత్వము ననుగ్రహించినట్లు మహాభారతము స్పష్టముగా జె ప్పుచున్నది. దీనిని వ్యాకరణశాస్త్రకర్తలు కీర్తించియున్నారుచూడుడు

"కన్యాయాః కనీనచ"

కాశికా- కన్యాయా అపత్యం కానీనః కర్ణః కానీనో వ్యాసః.
కాశికావ్యాఖ్యాపదమంజరీ—

"మునిదేవతామాహాత్మ్యాత్ యా పుంయోగేఽపి స

పునః కన్యై వాభూత్ తదపత్యం కానీనశబ్దాభిధేయమ్.

దీని తాత్పర్య మేమనగా — కానీనశబ్దమునకు కన్యయొక్క పుత్రు డని యర్థము. కన్య యైనచో బుత్రు డెట్లు? పుత్రుడున్నచో గన్య యెట్లగును? అని విరోధము తటస్థింపగా మునిమహిమచేతను, దేవతామహిమచేతను పురుషసంబంధము కలిగినను ఏ స్త్రీ అక్షత యోనిత్వరూపమైన కన్యాత్వము కలిగియుండునో అట్టి కుంతీదేవియు, సత్యవతీదేవియు నుదాహరణ మగును కనుక విరోధము లేదు కుంతీ దేవి మంత్రముచే నాహూతుడైన సూర్యునివలన పుత్రవతి యైనను మరల కన్యకయే యైనది" అని

కుంతీదేవికి కన్యాత్వము సూర్యానుగ్రహమున సిద్ధించినట్లు వెనుక జూపబడిన కుంతీవ్యాససంభాషణగ్రంధము లో స్పష్టము. ఇక సత్యవతీదేవికి పరాశరు డనుగ్రహించిన కన్యాత్వమునుగూర్చిచూడుడు

"తతో మా మాహ సముని ర్గర్భ ముత్సృజ్య మామకమ్ ।
ద్వీపేஉస్యా ఏవ సరితః కన్యైవ త్వం భవిష్యసి॥" (ఆది 105 అ)

నీలకంఠీయమ్ —

మామకం గర్భ ముత్సృజ్య కన్యైవ త్వం భవిష్యసీతి ముని

అనగా ఈ నదీసంబంధమైన ద్వీపమందు నాసంబంధమైన గర్భమును విడిచి నీవు కన్యకవే యగుదువని యాపరాశరమహర్షి నాకు చెప్పెను. (ఇది సత్యవతీదేవి వచనము) నీలకంఠీయవిషయమేమనగా—

నాసంబంధమైన గర్భమును విడిచి నీవు కన్యకవే యగుదువను మునివచనము వలన, పుత్రుడు కలిగినను ఆమెకు కన్యాత్వభంగము కలుగలేదు గనుక, కన్యాత్వావస్థయందు కామభక్షణాదినిషేధము లేనందున మరల దాసుని సంసర్గమును బట్టి కలిగెడి హీనవర్ణత్వము క్షత్రియురాలైన యాసత్యవతీదేవికి తటస్థింపలేదు. మఱియు కుంతీసత్యవతులు పురుషసంబంధవాంఛలేని దశలో నున్నపుడే సూర్యపరాశరుల వలన వారికి సంతతి కలిగింపబడినందున నాసంతతి కలిగెడికాలమునకు గూడ వారిది కన్యాత్వమే యైనందున వారల కన్యాత్వమునకు విచ్ఛేదనమే కలుగలేదని భావము'' అని.

ఇట్లు ప్రమాణగ్రంథములు కుంతీసత్యవతుల కన్యాత్వమును విశదీకరించుచున్నందున "వ్యాసుని గని కన్యాభావము నొందుట గమనింపదగిన విషయము'' అన్న మ.భా చ కారులకు ఆకన్యాత్వమునకై యీచూపిన ప్రమాణగ్రంథసందర్భముు గమనింపుడని చెప్పుచు వంశాంతర మందుకొనుచున్నాము——.

"వ్యాసునితో గుంతి తన చిన్నతనపుచేష్టను వెల్లడించినటులు, సత్యవతి భీష్మునికడ తన చిన్నతనపుచేష్టను చెప్పినది. వ్యాసభీష్ము

తిదేవి వ్యాసమహర్షితోడను, వ్యాసోత్పత్తినిగూర్చి కన్యాదశలోని తనవృత్తాంతమును సత్యవతీదేవి భీష్మునితోడను చెప్పినపుడు ఆమహానుభావులు అట్టి యధర్మమును ధర్మముగా నంగీకరించిరట! అది యధర్మమే యైన యెడల వారు ధర్మముగా నంగీకరింపరు. వారట్లు అంగీకరించినపుడు అది యధర్మము కాదు. కనుక నధర్మమును ధర్మముగా నంగీకరించి రనుమాట విరుద్ధము. పూర్వోక్తగ్రంథసందర్భమేమి? యోగశక్తితపోమహిమలచే జరిగిన యాలోకోత్తరఘటనయేమి? ఆఅక్షతయోనిత్వరూప కన్యాత్వవరప్రాప్తియేమి? భీష్మవేదవ్యాసులు దానిని ధర్మముగా నంగీకరించుట యేమి? దానిని యీను భా. చ. కారులు అధర్మ మనుటేమి? ధర్మాధర్మనిర్ణాయకుడా వ్యాసమునియా? యీవ్యత్యాసమూర్తియా? "తస్మా చ్ఛాస్త్రం ప్రమాణం తే కార్యాకార్యవ్యవస్థితౌ" అనుటనుబట్టి అకార్య మేదియో కార్య మేదియో తెలిసికొనుటకు శాస్త్రమే ప్రమాణముకాని మనుష్యబుద్ధికాదు. అట్టిస్థితిలో శాస్త్రకర్తయగు వ్యాసభగవానుడును శాస్త్రనిష్ణాతుడగు భీష్ముడును చెప్పినదే నిజము. "వారట్లు చెప్పుటకు నాటి పరిస్థితులే కారణము" అనుట తప్పు. పరిస్థితులను బట్టి అధర్మ మెప్పుడును ధర్మము కానేరదు. ధర్మాధర్మనిర్ణాయకము శాస్త్రము కనుక నెట్టి పరిస్థితులలో నైనను శాస్త్రీయమే ధర్మము. అశాస్త్రీయ మధర్మమే.

ఈప్రతివాదులు ఆకుంతీ సత్యవతీచరిత్రములలో రహస్యముగా బిడ్డలను గనుటనుమాత్రమే గ్రహించిరి గాని ఆపై ముఖ్యమైన గన్యా

ము. భా. చ. కారుల వ్రాత యిట్లున్నది—

"స్కాందపురాణాంతర్గతమని చెప్పబడు భీమఖండకాశీఖండము లలోని గాథల బరిశీలించినయెడల వ్యాసుని కాశిలో నుండనీయక కాశీప్రభు వాతనిని దక్షిణదిశకు దరిమినటులను, కాశిలో నాతనికిని, శిష్యులకుగూడ భిక్షముగూడ లభింపనటులను గాన్పించును" (పు161)

వేదవ్యాసమహర్షికి కాశిలో భిక్ష పుట్టకుండుటెట్టిదో చూడుడు! కాశీఖండ కథాసందర్భ మేమనగా— వేదవ్యాసమహర్షి శిష్యసంఘముతో భిక్షాటనము జేయుచు కాశీనివాసము చేయుచుండ—

"ఏకదా తస్య జిజ్ఞాసాం కర్తుం దేవీం హరోఽవదత్ ।
అద్య భిక్షాటనం ప్రాప్తే వ్యాసే పరమధార్మికే ॥
అథ సర్వగతే క్వాపి భిక్షాం మా యచ్ఛ సుందరి ।
తథేత్యుక్త్వా భవానీ సా భవం భవనివారణమ్ ॥
నమస్కృత్వా ప్రతిగృహం తస్య భిక్షాం న్యషేధత్ ॥ (అ 96)

ఒకప్పుడు విశ్వేశ్వరదేవుడు మహర్షిని పరీక్షింపదలచి పరమేశ్వరితో నిట్లనెను. పరమధార్మికుడగు వ్యాసమహర్షి నేడు భిక్షాటనము చేయునపుడు ఎక్కడను భిక్ష దొరకనీయకుము అదివిని అట్లే యని పరమేశ్వరి—శిష్యసంఘము, వ్యాసమహర్షియు నేయింటికిబోయిన నాయింటనే లోపలనుండి తానే వచ్చి దొఱకదనుచుండ వేళ మించుటచే

గుట కేమి కారణమో! యని చింతించి యీదేని యుపద్రవముచే పె ట్టుట మానిరో, ఈర్ష్యచే నెవ్వనిచే నైన మాన్పింపబడినదో మీరు తెలిసికొని త్వరితముగా రండని బోధింప గొందరు శిష్యులు వెళ్ళి స్థితి గతులు తెలిసికొని వచ్చి మహర్షితో నిట్లు చెప్పిరి.—

"క్షిణ్వా స్స్వారాధ్యచరణా నోపసర్గోఽత్ర కశ్చన ।
నాన్నదోషో వా సర్వస్యాం నగర్యా మిహ కుత్రచిత్ ॥
యత్ర విశ్వేశ్వర స్సాక్షాత్ యత్ర స్వర్ధునీ స్వయమ్ ।
త్వాదృశో యత్ర మునయః కుతోభీ స్తత్రోపసర్గజా ॥
విద్యానాం సదనం కాశీ కాశీ లక్ష్మ్యాః పరాలయః ।
ముక్తిక్షేత్ర మిదం కాశీ కాశీ సర్వా త్రయీమయీ ॥"

మహామునీ! ఈపురమం దెట్టి యుపద్రవము లేదు. అన్నభ యము సంభవింప లేదు. ఏది విశ్వేశ్వర రాజధానియో, ఏది అమర నదీపరిశోభితమో, ఏది భవాదృశమునిజనావాసమో అద్దాని కుప ద్రవభయమా! ఈకాశీపురము విద్యాసదనము, లక్ష్మీనిలయము, ముక్తిక్షేత్రము అని చెప్పగా విని సంతుష్టచిత్తులైన శిష్యుల జూచి కుపితుడై వ్యాసమహర్షి—

"మాభూ త్త్రైపూరుషీ విద్యా మాభూ త్త్రైపూరుషం ధనమ్ ।
మాభూ త్త్రైపూరుషీ ముక్తిః కాశీం వ్యాసోఽశప త్త్వితి ॥

తరువాత మఱల భిక్షకై వెళ్ళి ప్రతిగృహము తిరిగెను లభింపలేదు. అప్పుడు సాయంకాల మగుచుండుట జూచి భిక్షాపాత్రము పారవైచి యాశ్రమమునకు వచ్చుచుండ నొక గృహద్వారమందు ప్రాకృత స్త్రీరూపముతో పరమేశ్వరి కూర్చుండి మహర్షితో నిట్లనెను—

'భగవన్ భిక్షుకా స్తావ దద్య దృష్టా న కుత్రచిత్ ।
అసత్కృత్యాతిథిం నాథో న మే భోక్ష్యతి కర్హిచిత్ ॥
వైశ్వదేవాదికం కర్మ కృత్వా గృహపతి ర్మమ ।
ప్రతీక్షతే౽తిథిపథం తస్మా త్త్వ మతిథి ర్భవ ।

మహాశయా! నేడు భిక్షుకులు లభింపలేదు. అతిథిసత్కారము చేసికాని నానాథుడు భుజింపడు. నీ వతిథివి కమ్ము. ఇట్లనగా వ్యాస మహర్షి—

"భద్రే! కా త్వం కుతః ప్రాప్తా పూర్వం దృష్టా న కుత్రచిత్ ।
పరవా నస్మ్యహం జాత స్తవ దర్శనతో౽ధునా ॥
అవశ్యమేవ కర్తాస్మి తవాదేశ్యం తదాదిశ ।
ఏకం తపోవ్యయం హిత్వా కారయిష్యసి యత్పునః ॥
తదేవాహం కరిష్యామి విధేయ శ్శుభలోచనే ।
న వచ స్త్వాదృశీనాంహి మహాత్త్వం హాపయే త్సతామ్ ॥
పరం త్వం కాసి సుభగే సత్యం బ్రూహి మమాగ్రతః ।"

చెప్పుము. అని యడుగ నామె నన్నొక గృహస్థునకు భార్యను సపు మాత్రము నన్నెఱుగవు కాని నిత్యము భిక్షాటనము చేయు నిన్ను నేను చూచుచునే యున్నాను తపస్వీ! ఆలస్యము చేయక సూర్యాస్తమయము కాక పూర్వమే నానాథుని యాతిథ్యము స్వీకరింపుము ఇట్లు చెప్పగా మహర్షి, సూర్యాస్తమయము కాక పూర్వమే, పదివేలమందిశిష్యులతో నేను సహపంక్తి చేయవలసియున్నది. నేనొక్కడనే భుజింపను అని చెప్పగా నీశిష్యులతో వెంటనే రమ్ము, సర్వము సిద్ధమై యున్నదనగా నల్లే వచ్చి యభూతపూర్వమైన యాతిథ్యముచే మహర్షి విస్మితు డయ్యెను తరువాత పరమేశ్వరుడు వ్యాసుని శాపము కాశీపురమునకు వర్తింపకుండునట్లు వ్యాసవాక్యములచేతనే చేయించెను.

ఇప్పు డీగాథనుబట్టి శిష్యసహితుడైన వ్యాసమహర్షికి భిక్ష యెట్లు లభింపలేదో తెలిసినదా? "కాశిలో నాతనికిని, శిష్యులకుగూడ భిక్షము గూడ లభింపనటుల గాన్పించును" అన్న మ భా చ కారుల వ్రాతను జూచిరా? అది పార్వతీపరమేశ్వరులు స్వయముగా బరీక్షకై చేసిన పనియై యుండ, గృహస్థులు భిక్షమైన పెట్టలేదని లోకులకు దోచునట్లు వ్రాయుట యెంత నింద్యము? ఇక కాశిప్రభు వాతనిని దక్షిణదిశకు దఱుముట యెట్టిదో చూడుడు— భీమఖండకథాసందర్భ మిట్లున్నది—

కాశీఖండోక్తప్రకారమే భిక్షలభింపక క్రుద్ధుడై శాపముబెట్ట నుద్యమింప పరమేశ్వరి యాతిథ్యమున కాహ్వానించుటయు, మహర్షి

త్వ మన్తేవాసిభి స్సాక మస్మి న్నేవ క్షణేఽఖిలైః ॥”

సకలకల్యాణములకును, కైవల్యమునకును జన్మభూమియై నాకు పరమప్రేమాస్పదము, అర్థాంగియు నగు కాశీపురిని శపించుటకు వచ్చితివా? నీవిప్పుడే నీశిష్యులతో నిఃశరప్రదేశమునకు వెళ్ళిపొమ్ము అని కఠినముగా బలుక నాపార్వతీపరమేశ్వరుల పాదములపై బడి నమస్కరించి, మహర్షి గమనోన్ముఖుడై యుండ నాపరమేశ్వరి—

“భయాకులత్వం మాగా స్త్వం కుమార! బహుధాప్యహమ్।
న విస్మరామి హృదయే కృపయా త్వాం కదాచన ॥
అన్యదేశే జిగమిషాం విహాయ త్వం సుఖేన తామ్।
శ్రీదక్షవాటికాం గచ్ఛ ప్రమోదాపూర్ణమానసః ॥
శరణం వ్రజ భీమేశం శరణాగతవత్సలమ్ ।
సమస్తాభ్యుదయా స్తుభ్యం భవన్తు తదనుగ్రహాత్ ।”

వత్సా! నీవు భయపడకుము దయాపాత్రుండవగు నిన్ను నే నెన్నడును మఱచుదానను గాను. నీవన్యస్థలమున కేగక సంతోషముతో దక్షవాటిక కరుగుము శరణాగతవత్సలుడగు భీమనాథుని శరణు నొందుము. ఆభీమేశ్వరానుగ్రహముచే నీకు సర్వాభ్యుదయములు కలుగును” అని సుధామయోక్తుల నుల్లసింపజేయ మహర్షి యట్లై దక్షవాటికకు వచ్చెను అనియున్నది.

సమక్షమందు ఆపరమేశ్వరి మహర్షి నాదరింపబూనుకొనదు వత్సా! నీవు దయాపాత్రుడవు, నిన్ను నే మరువను. నీవు దక్షవాటికకే యేగి భీమేశ్వరు నాశ్రయించి ఆతని యనుగ్రహము నొందుమని ప్రసంగింపబోదు అట్లామె ప్రసంగించినపుడు వినుచున్న ఈశ్వరుకు కోపింపక శాంతుడై యుండుట తటస్థింపదు

పరమేశ్వరుని పాదములపై బడి నమస్కరించిన మహర్షిని ఉపేక్షించియున్న యీశ్వరు డాలకించుచుండ నీవు భీమేశ్వరు నాశ్రయింపుము. ఆతడు శరణాగతవత్సలుడు. అని పరమేశ్వరి ఆయీశ్వరు నెత్తిపొడిచినట్లు భీమేశ్వరోత్కర్షము నుద్ఘాటింపజాలదు. అట్లుద్ఘాటించినపుడు శాంతుడై యీశ్వరు డుండజాలడు. కనుక నీశ్వరునకు గూడ పరమేశ్వరికి వలెనే అసాధారణవాత్సల్యమే మహర్షియందున్నది. అది పరమేశ్వరీముఖమున ప్రకటింపబడుట యీశ్వరుని కభిమతము. వాస్తవములో నామభేదము తప్ప విశ్వేశ్వరు డొకడు, భీమేశ్వరు డొకడును కాదు. కనుక నాపరమేశ్వరి చేసిన భీమేశ్వరోత్కర్ష విశ్వేశ్వరోత్కర్షప్రశంసయే.

మహర్షిపై యాగ్రహించుటలో భావము స్వర్గాపవర్గాస్పదమై తనకు పరమ ప్రేమాస్పదమై యున్న కాశీపురికి లేమాత్రమైన హాని యెంత ముఖ్యుడు తలపెట్టినను శంకరుడు సహింపబోడనియే గ్రహింపవలెను.

వలెను.

ఇట్లుపరిశీలింపగా వ్యాసమహర్షిని కాశీపురినుండి దక్షవాటికకు బంపి తన్మూలమున దక్షవాటికాపవిత్రతను ప్రకటీకరింపదలచి విశ్వనాథదేవుడు అట్టి నిమిత్తమును కల్పించెనేకాని మరొకటి కాదని తేలినది. కనుకనే చతుర్దశాధ్యాయమందు వ్యాసమహర్షి దక్షవాటికకు వెళ్ళినతరువాత ఋషివర్యులు—

"శిష్యసందోహసహితం మునీంద్రం బాదరాయణమ్ ।
ద్వైపాయనం ధిక్కృతవాన్ కోఽపి కాశీపురీపతిః ॥
ప్రాణైరస్మాన్ సతి కథం కృపయా ధారయిష్యతి ।
తస్మాదస్మాక ముచితం సర్వేషాం తత్ర వర్తనమ్ ॥
సుఖేన వర్తతే యత్ర కృష్ణద్వైపాయనో మునిః ।
ఇతి కాశీపురాత్సర్వే నిర్గత్య వ్యాసపద్ధతిమ్ ॥
జ్ఞాత్వా శాఖోపశాఖాభి ర్దాక్షారామం సమాయయుః ।"

శిష్యసహితుడైన వ్యాసమహర్షిని ధిక్కరించిన విశ్వేశ్వరుడు ఇచ్చట మనల బ్రతుకనిచ్చునా? మన మందర మక్కడకే పోవుదమని వసిష్ఠాత్రి భరద్వాజ భార్గ వాంగిరసాదులు కాశీపురమునుండి దాక్షారామమునకే వచ్చిరి, అని చెప్పబడినది.

ఇట్లుండ "కాశీప్రభువు వ్యాసుని దక్షిణదిశకు దఱిమె" నని దుర్వ్యుత్పత్తితో వ్రాసినది నింద్యము.

పతిలోకము కలుగు నని నమ్మించి దుర్యోధనాదుల భార్యలను

—వ్యాసుడు గంగలో ప్రవేశింపజేసె నను ప్రసంగము—

—తన్నిరాకరణము—

మ. భా. చ. కారులు వ్రాత యిట్లున్నది—'వ్యాసు డావితం తువులకు యుద్ధమృతుల జూపు నెపమున ధృతరాష్ట్రునివనవాసకాలమునధార్తరాష్ట్రభార్యలను మోహపెట్టి, వారికిపతిలోకముకలుగు ననినమ్మించి,యాదుర్యోధనాదుల భార్యలనుగంగలో ప్రవేశించునటులచేసెను. గ్రంథవిస్తరభీతిచే గాధ నంతయు వ్రాయలేదు పు158

ఆహా! దుర్యోధనాదుల భార్యలను యుద్ధమృతుల జూపు నెపమున మోహపెట్టెనట! వారికి పతిలోకము కలుగునని నమ్మించెనట! వారు గంగలో ప్రవేశించునటుల చేసెనట! గ్రంథవిస్తరభీతిచే గాధ వ్రాయలేదట! పతిలోకము కలుగునని నమ్మించె నను మాటకు వారికి ప్రాణత్యాగమే తప్ప పతిలోకప్రాప్తి కలుగ లేదని తాత్పర్యము కాబోలు. ఈప్రతివాదుల కీలోకమే ఆనదే! ఆలోక మానినదా?

వారు భీతిచే వ్రాయనిగాధయే మనకు నిజము తెలుపును. ఆ గాధయిట్లున్నది—

యుద్ధానంతరము ధృతరాష్ట్రుడు ధర్మరాజాదుల సమ్మతింపజేసి గాంధారియు, కుంతీదేవియు శుశ్రూషచేయుచుండ, నాశ్రమవాసము

కచ్చి ద్ధృది న తే శోకో రాజన్ పుత్రవినాశజః ।
సంశయచ్ఛేదనార్థాయ ప్రాప్తం మాం విద్ధి పుత్రక ॥
న కృతం యైః పురా కైశ్చి త్కర్మ లోకే మహర్షిభిః ।
ఆశ్చర్యభూతం తపసః ఫలం త ద్దర్శయామి వః ॥
కి మిచ్ఛసి మహీపాల మత్తః ప్రాప్తు మభీప్సితమ్ ।
ద్రష్టుం స్ప్రష్టుమథ శ్రోతుం త త్కర్తాస్మి తవానఘ ॥
శ్రుత్వా సమాగమ మిమం సర్వేషాం వ స్తతో నృప ।
సంశయచ్ఛేదనార్థాయ ప్రాప్తః కౌరవనందన ॥
ఇమే చ దేవగంధర్వా స్సర్వే చేమే మహర్షయః ।
పశ్యన్తు తపసో వీర్య మద్య మే చిరసంభృతమ్ ॥
త దుచ్యతాం మహాప్రాజ్ఞ కం కామం ప్రదిదామి తే ।
ప్రవణోఽస్మి వరం దాతుం పశ్య మే తపసో బలమ్ ॥"

ధృతరాష్ట్రా! నీకు తపస్సు జరుగుచున్నదా? పుత్రదుఃఖము లేకుండెనా? నేను సంశయవిచ్ఛేదము చేయుటకు వచ్చితి నని తెలిసికొనుము ఇదివరలో లోకమునం దేమహర్షులచేతను చేయబడని దేది కలదో అట్టి యాశ్చర్యకరమైన విషయమును నాతపఃఫలముగా మీకు ప్రదర్శించుచున్నాను. నీవు దేనియొక్క దర్శనస్పర్శనశ్రవణముల నపేక్షింతువో దానిని నీకు ఘటింపజేయుదును.

మీయందఱి సమాగమము గ్రహించి సంశయచ్ఛేదనార్థ

ధన్యో౽స్మ్యనుగృహీతశ్చ సఫలం జీవితం చ మే ।
యన్మే సమాగమో౽ద్యేహ భవద్భిస్సహ సాధుభిః ॥
కిన్తు తస్య సుదుర్బుద్ధే ర్మన్ద స్యాపనయై ర్భృశమ్ ।
దూయతే మే మనో నిత్యం స్మరతః పుత్రగృద్ధినః ॥
అపాపాః పాండవా యేన నికృతాః పాపబుద్ధినా ।
ఘాతితా పృథివీ యేన సహాయా సనరద్విపా ।
రాజానశ్చ మహాత్మానో నానాజనపదేశ్వరాః ॥
ఆగమ్య మమ పుత్రార్థే సర్వే మృత్యువశం గతాః ।
యే తే పితౄంశ్చ దారాంశ్చ ప్రాణాంశ్చ మనసః ప్రియాన్ ॥
పరిత్యజ్య గతా శ్శూరాః ప్రేతరాజనివేశనమ్ ।
కాను తేషాం గతి ర్బ్రహ్మన్ మిత్రార్థే యే హతా మృధే ।
తథైవ పుత్రపౌత్రాణాం మమ యే నిహతా యుధి ।
ఏత త్సర్వ మనుస్మృత్య దహ్యమానో దివానిశమ్ ॥
న శాన్తి మధిగచ్ఛామి దుఃఖశోకసమాహతః ।
ఇతి మే చిన్తయానస్య పిత శ్శాన్తి ర్న విద్యతే ॥"

ఇట్లు ప్రశ్నింపబడిన ధృతరాష్ట్రుడు-మహానీయులగు మీరెల్లరు నిచ్చటికి విచ్చేయుటచే నేధన్యుడను కాని, దురాలోచన కల దుర్యోధనుని యవినీతులచేత పుత్రప్రేమ కల నామనస్సు నిత్యము ఖేదపడుచునే యున్నది ఏపాపము నెఱుగని పాండవులు అతనిచే వంచితులైరి, ఆతని మూలమున అనేకజీవవర్గములకు ప్రాణాపాయము కలి

కుంతీదేవికి, ద్రౌపదికి, సుభద్రకు, ధార్తరాష్ట్రభార్యలకు యుద్ధమృతులనే గూర్చిన శోకము రేగినది అప్పుడు—

"పుత్రశోకసమావిష్టా గాంధారీ త్విద మబ్రవీత్ ।
శ్వశురం బద్ధనయనా దేవీ ప్రాంజలి రుత్థితా ॥
షోడ శేమాని వర్షాణి గతాని మునిపుంగవ ।
అస్య రాజ్ఞో హతాన్ పుత్రాన్ శోచతో న శమో విభో ।
పుత్రశోకసమావిష్టో నిశ్వసన్ హ్యేష భూమిపః ।
న శేతే వసతీ స్సర్వా ధృతరాష్ట్రో మహామునే ॥
లోకా నన్యాన్ సమర్థోఽసి స్రష్టుం సర్వాం స్తపోబలాత్ ।
కిము లోకాన్తరగతాన్ రాజ్ఞో దర్శయితుం సుతాన్ ॥"

భర్త యంధుడగుటను బట్టి తానుగూడ కన్నులు కట్టుకొని యున్న గాంధారి లేచి యంజలి ఘటించి మహర్షితో నిట్లనెను. మునీంద్రా! గతించిన పుత్రులనుగూర్చి శోకించుచున్న యీమహారాజున కిప్పటికి పదియారు వత్సరములు గడచినను శాంతి కలుగలేదు. పుత్రశోకముతో నిట్టూర్పులు విడుచుచు శయనించుటగూడ లేకుండెను. నీవు తపోబలమున లోకాంతరములను సృజింప సమర్థుడవు లోకాన్తరగతులగు సుతులను మహారాజునకు జూపలేవా?" అని కోరుచు ద్రౌపదీ ప్రభృతులు కూడ సుతులనుగూర్చియు, హితులను గూర్చియు శోకించుచుండిరని చెప్పి—

క్రాంతమై యున్నది. ఈమహారాజు, నేనును నీవునుగృహమున శోకములేక కాలము గడుపవలెను ఇట్లు గాంధారి చెప్పగా కుంతీదేవి కర్ణునిగూర్చిన తన చింతను వెల్లడింప మహర్షి నీయందు దోషము లేదని చెప్పి గాంధారితో నిట్లనెను—

"భద్రే! ద్రక్ష్యసి గాంధారి పుత్రాన్ భ్రాతౄన్ స్వకాన్ గణాన్ ।
వధూశ్చ పతిభి స్సార్థం నిశి సుప్తోత్థితా ఇవ ॥
కర్ణం ద్రక్ష్యతి కున్తీచ సౌభద్రం చాపి యాదవీ ।
ద్రౌపదీ పఞ్చ పుత్రాంశ్చ పితౄన్ భ్రాతౄం స్తథైవచ ॥"

నీవు పుత్రులను, భ్రాతలను, ఆత్మీయులను, పతులతో గలసి యుండెడి కోడండ్రను సుప్తోత్థితులవలె జూడగలవు. కుంతీ ద్రౌపదీ సుభద్రలుకూడ తమతమవారిని జూడగలరు అనిచెప్పి యుద్ధమృతులు మొదలగువారు ఏయే యంశముల జన్మించిరో, మరణించి యెచ్చటి కేగిరో చెప్పి—

"యచ్చ వై హృది సర్వేషాం దుఃఖ మేత చ్చిరం స్థితమ్ ।
త దద్య వ్యపనేష్యామి పరలోకకృతా ద్భయాత్ ॥
సర్వే భవన్తో గచ్ఛన్తు నదీం భాగీరథీం ప్రతి ।
తత్ర ద్రక్ష్యథ తాన్ సర్వాన్ యే హతా స్తత్ర సంయుగే ॥"

యుద్ధమృతుల కేదుర్గతులు కలిగినవో యని చిరకాలమునుండి

తత గంగాం సమాసాద్య [illegible] ।
నివాస మకరో త్సర్వే యథాప్రీతి యథాసుఖమ్ ॥
జగామ త దహశ్చాపి తేషాం వర్షశతం యథా ।
నిశాం ప్రతీక్షమాణానాం దిదృక్షూణాం మృతాన్ నృపాన్ ॥
తతో నిశాయాం ప్రాప్తాయాం కృతసాయాహ్నికక్రియాః ।
వ్యాస మభ్యగమన్ సర్వే యే తత్రాసన్ సమాగతాః ॥
తతో వ్యాసో మహాతేజాః పుణ్యం భాగీరథీజలమ్ ।
అవతీర్యాఽఽజుహావాథ సర్వాన్ లోకాన్ మహామునిః ।
తత స్సుతుముల శ్శబ్దో జలాన్తే జనమేజయ ।
ప్రాదురాసీ ద్యథాయోగం కురుపాండవసేనయోః ॥
తత స్తే పార్థివా స్సర్వే భీష్మద్రోణపురోగమాః ।
ససైన్యా స్సలిలా త్తస్మా త్సము త్తస్థు స్సహస్రశః ॥
సర్వే భాసురదేహా స్తే సము త్తస్థు ర్జలా త్తతః ।
యస్య వీరస్య యో వేషో యో ధ్వజో యచ్చ వాహనమ్ ।
య ద్వర్మ య త్ప్రహరణం తేన తేన స దృశ్యతే ।
దివ్యాంబరధరా స్సర్వే సర్వే భ్రాజిష్ణుకుండలాః ॥
నిర్వైరా నిరహంకారా విగతక్రోధమత్సరాః ।
ధృతరాష్ట్రస్య చ తదా దివ్యం చక్షు ర్నరాధిప ।
ముని స్సత్యవతీపుత్రః ప్రీతః ప్రాదా త్తపోబలాత్ ॥
త దద్భుత మచిన్త్యం చ సుమహ ద్రోమహర్షణమ్ ।
విస్మిత స్సజన స్సర్వో దదర్శానిమిషేక్షణః ॥”

ప్రవేశించి యావాహనించగా నాజలమునుండి కురుపాండవసేనల కల కలధ్వని యుద్భవించినది. తరువాత భీష్మద్రోణాదులు, సైన్యములతో వేలకొలది జలమునుండి పైకి వచ్చినారు. ఆ దేవీయుని దేవేషమో, యేధ్వజమో, యేవాహనమో, యేకవచమో, యేయాయుధమో, వానితోడనే యాతడు కనబడుచుండెను. అందరు దివ్యాంబరధరులు, కుండలాలంకృతులు, వైరరహితులు, నిరహంకారులు నైయుండిరి వ్యాసభగవానుడు తపోబలముచే ధృతరాష్ట్రునకు దివ్యదృష్టి ననుగ్రహించెను అచింత్యమై, శరీరమునకు గగుర్పాటు గలిగించెడి యా యద్భుతమును జనులు విస్మితులై రెప్పపాటు లేక చూచిరి.

"ఏవం సమాగతా స్సర్వే గురుభి ర్బాంధవై స్సహ ।
పుత్రైశ్చ పురుషవ్యాఘ్రాః కురవో న్యే చ పార్థివాః ॥
తాం రాత్రి మఖిలా మేవం విహృత్య ప్రీతమానసాః ।
మేనిరే పరితోషేణ నృపా స్స్వర్గసదో యథా ॥
సమాగతా స్తాః పితృభి ర్భ్రాతృభిః పతిభిస్సుతైః ।
ముదం పరమికాం ప్రాప్య నార్యో దుఃఖ మథా౽త్యజన్ ॥
ఏకాం రాత్రిం విహృ త్యైవం తే వీరా స్తాశ్చ యోషితః ।
ఆమ న్త్ర్యా౽న్యోన్య మాశ్లిష్య తతో జగ్ము ర్యథాగతమ్ ॥
తతో విసర్జయామాస లోకాం స్తా న్మునిపుంగవః ।
క్షణే నా న్తర్హితా శ్చైవ పశ్యతా మేవ తే౽భవన్ ॥
అవగాహ్య మహాత్మానః పుణ్యాం భాగీరథీం నదీమ్ ।

తత స్తస్య వచ శ్శ్రుత్వా శ్రద్దధానా వరాంగనాః ।
శ్వశురం సమనుజ్ఞాప్య వివిశు ర్జాహ్నవీజలమ్ ॥
విముక్తా మానుషై ర్దేహై స్తత స్తా భర్తృభి స్సహ
సమాజగ్ము స్తదా సాధ్వ్య స్సర్వా ఏవ విశాంపతే ॥
ప్రవిశ్య క్షత్రియా ముక్తా జగ్ము ర్భర్తృసలోకతామ్ ।'

ఇట్లు కురువంశీయులును, ఇతరులు నైన పార్థివులు గురువులతో బంధుజనముతో గలిసి ప్రీతితో నారాత్రి యంతయు విహరించిరి. ఆ స్త్రీలు తమ తమ పతులతోడను, సుతులతోడను, భ్రాతృపితృవర్గము తోకలసికొని పరమానందమునొందిరి. ఒకరాత్రియావీరులును, ఆ స్త్రీలును పరస్పర ప్రేమానుబంధమున ప్రసంగించుకొని వ్యాసమహర్షి విడిచిపెట్టగా నందరు చూచుచుండ గంగానదియందు మునిగి క్షణములో నెల్లరు నంతర్ధాన మైరి.

వారందరు నంతర్ధాన మైనతరువాత ధర్మశీలు డగు మహర్షి జలగతు డైయుండి మృతభర్తృక లగు క్షత్రియకాంతలను గూర్చి యిట్లనెను. ఏపతివ్రతలు పతిలోకము నపేక్షింతురో వారీగంగాజలమం దవగాహనము చేయుడు, అని. ఆమాట విని పతిలోకము గోరిన యాపతివ్రతలు శ్వశురు డగు ధృతరాష్ట్రుని యనుజ్ఞ దీసికొని గంగాజలమం దవగాహనము జేసి మానుష్య దేహము లను విడిచి భర్తృసాలోక్యము నొందిరి.

రాష్ట్రాదుల యంగీకారముతో సంతోషించుచు నాడావితంతువులు పతిలోకము నొందు టేమి? నేడీ మ. భా. చ. కారులు వారికై పరితపించు టేమి?

పతిలోకమును ప్రాప్తింపజేతు ననుటే వ్యాసమహర్షికి తప్పైన యెడల దానికై యనుజ్ఞ నిచ్చిన ధృతరాష్ట్రునిది తప్పు కాదా? అందుల కంగీకరించి చూచుచుండిన గాంధారిది తప్పు కాదా? అది యటుండ యుద్ధమృతులను చూడవలె నను కుతూహలము ధృతరాష్ట్రునిది. ఆతని కట్లు చూపవలసిన దను ప్రార్థన గాంధారిది, అట్లు చూపిన వాడు వ్యాసమహర్షి. చూచిన యందరిలోను జేరినవా రావితంతువులు.

మహర్షి యుద్ధమృతులను జూపుట, మ. భా. చ. కారు లన్నట్లు ఆవితంతువులను మోహపెట్టుటకే యైనయెడల జూపవలసిన దని ప్రార్థించిన గాంధారీధృతరాష్ట్రుల చర్య కూడ తమ కోడండ్రను ఆవిధముగా మోహపెట్టి వారి నావిధముగా వదల్చుకొనుటకే యైయుండు నని యూహింపబడదా? ప్రమాణముల ధిక్కరించి తమ పైత్యము జేర్చి ప్రసంగింపబూనిన యెవ్వనివాకో నింద్యము కాదు? కనుక వ్యాసభగవానుని నిందించు దుర్వృత్తితో గూడిన మ భా చ కారుల వ్రాత నింద్యము

వరాస్తః. అథ భస్మీభూతానాం కథం ప్రత్యక్షేణ దర్శనమ్. స్వప్నవ దితి చేత్. వ్యాస స్యైంద్రజాలికత్వాపత్త్యా సంశయోచ్ఛేదకత్వానుపపత్తిః. అథ దేవతాభావం గతానాం తేషాం పునర్భీష్మాదిభావేన యోగబలా దభివ్యక్తి ర్భవతి. తర్హి భస్మీభూతస్య దేహస్య పునరుదయాయోగా త్తత్సదృశై ర్దేహాన్తరై రుపేతానామేవ తేషాం దర్శన మితి వాచ్యం తథాపి దేహాన్తరే మమాయం భర్తేతి బుద్ధిమతీనాం స్త్రీణాం భ్రాన్తి రేవ. పూర్వదేహనాశస్య దృఢతరస్మరణాత్ అస్మరణేపున స్వప్నతుల్యతేతి తుల్యమ్.

అత్ర బ్రూమః—

హార్దవిద్యాం ప్రకృత్య శ్రూయతే. "త ఇమే సత్యాః కామా అనృతాపిధానాః" ఇతి దహరాకాశం ప్రకృత్య "ఏతత్సత్యం బ్రహ్మపుర మస్మిన్ సర్వే కామా స్సమాహితా "ఇతి. తథా "యో యో హ్యస్యేతః ప్రైతి న త మిహ దర్శనాయోపలభతే" ఇత్యుపక్రమ్య "యేచాస్యేహ జీవా యేచ ప్రేతా యచ్చాన్య దిచ్ఛ న్నలభతే సర్వం తదత్ర గత్వా విన్దతే" ఇత్యాది। సత్యం బ్రహ్మపురం హృదంబర మిత్యర్థః.

'సమస్త స్సదా స న్నేవా స్త్యతఏవ తత్ర మునయః పశ్యన్త్యతీతాదికం, మిథ్యాబ్రహ్మపురం శరీర, మనునా సత్యపురం

బ్రహ్మలోకేశాప్యేవ సత్యా భీష్మాదయోఽన్యత్రై ర్జన్మాదిభి ర్భావవికారై రావిర్భూయ తిరోభూతా స్సన్తో మహర్షివిద్యయా ఽఽవిర్భూయ స్త్ర్యాదిభిశ్చ యాథాత్మ్యేన గృహీతా స్సన్తస్తాభి స్సహ రేమిరే ఇతి యుక్త ముత్పశ్యామః । విశేష స్త్వస్మత్కృతే వేదాన్తకతకే దహరాధికరణే ద్రష్టవ్యః ।

ఇచ్చట సారాంశము—మరణించినవారి పునర్దర్శనము చెప్పబడుటచే మరణించినవా రుందు రని స్పష్టపరుపబడినది. దీనివలన మరణించినవా రుండిరా? లేరా? అను సంశయము తొలగింపబడినది. ఇక పూర్వపక్షము— భస్మీభూతులైనవారి స్వరూపము లెట్లు ప్రత్యక్షమైనవి? స్వప్నపదార్థములవలెనా? అట్లైన వ్యాసమహర్షి యైంద్రజాలికు డగును. కాని 'సంశయచ్ఛేదనార్థాయ ప్రాప్తం మాం విద్ధి' అన్నట్లు సంశయవిచ్ఛేదకుడు కానేరడు.

ఇక మరణించి దేవతాభావము నొందియున్న వారందరకు మహర్షి యోగబలమున మరల భీష్మాదిరూపములతో నభివ్యక్తి యయ్యెనా? అట్లైన భస్మీభూతదేహములకు పునరుత్పత్తి యసంభవము, కనుక తత్తుల్యములైన దేహాంతరములతో వారల దర్శన మైన దని చెప్పవలెను. అప్పుడు వారల పూర్వదేహములు నష్టములైనట్లు దృఢజ్ఞానముకల ఆ స్త్రీలకు ఆ దేహాంతరధారులందు 'ఈతడు నాభర్త' యను బుద్ధి భ్రాంతియే యగును. పూర్వదేహనాశస్మృతి వారికప్పుడు

బడు యావత్పదార్థము లు అబ్రహ్మపురమందే యున్నవి. కనుక బాహ్యవిషయాసక్తిని విడిచి బ్రహ్మస్వరూపప్రాప్త్యుపాయములనే ఆశ్రయింపవలెను. శాస్త్రాచార్యోపదేశక్రమమున బ్రహ్మస్వరూపావగతి యెవ్వరికి కలుగునో వారికి సర్వలోకసంచారము సంభవించును.

అట్టివాడు పితృలోకకాముడైన యెడల వాని సంకల్పమాత్రమున పితరు లావిర్భవింతురు. అతడు కోరెడి పదార్థము లన్నియు సంకల్పమాత్రముననే సంభవించును. ఆత్మగతములై పొందశక్యములై యున్న సత్యములైన (అవితథములైన) కామములు బాహ్యవిషయాసక్తిమూలకమైన స్వేచ్ఛాప్రచార మనెడి యనృతముచే నాచ్ఛాదింపబడినవి. కనుకనే మరణించిన పుత్రాదులు తన హృదయాకాశమందే యుండియున్నను వారినిజూడవలెనను సంకల్పము తనకు గాఢముగానున్నను దర్శనలాభము కలుగుటలేదు.

దహరోపాసనారిపనిష్ఠితుడైన జ్ఞానికి మాత్రము జీవించియున్నవారుకాని, మరణించినవారుకాని దుర్లభములైన యితరపదార్థములుకాని హృదయాకాశాత్మకబ్రహ్మస్వరూపమందు సులభము లే.

నిధిని దెలిసికొనక నిధికి పైభాగమందు సంచరించువానికి నిధి లభ్యముకానట్లు అవిద్యోపహతులకు హృదయాకాశమందే యున్న సత్యకామములు లభ్యములు కాకున్నవి.

ఇతోఽధికవిశేషము మా 'వేదాంతకతకము' అను గ్రంథ మందు దహరాధికరణమున జూడదగును ఇది నీలకంఠీయము లోని విషయము.

ఈగ్రంథసందర్భమునుబట్టి మరణించినవారి పునర్దర్శనము సంభవమే యనియు, నీవిషయ ముపనిషత్ప్రతిపాదితమే యనియు, వేద వ్యాసభగవానుని యసాధారణ విద్యాప్రభావమున నాడు ధృతరాష్ట్రాదుల కది ఘటించినదనియు, స్పష్టమైనది. ఈవిషయము శాస్త్రజ్ఞాన శూన్యులకు తెలియునది కాదు. కనుకనే ప్రతివాదులు ఆ లోకోత్తర ప్రజ్ఞుని, ఆపరమపావనుని, ఆమునిజనమూర్ధన్యుని, అకలికల్మషహారుని యేమేమో దుర్భాషలాడినారు. అవి యసంగతములని ప్రమాణోప పత్తులతో నిరూపించినాము ఇక దీనిని విడిచి విషయాంతర మందు కొందము—

వ్యాసుడు పాండవపక్షముగా వ్రాసిన జయమును సంజయునకు గూడ జూపలేదను వాదము—తన్నిరాకరణము.—

మ భా.చ. కారులవ్రాత యిట్లున్నది—"యుద్ధమిక నగునవగా ధృతరాష్ట్రునితో వ్యాసుడిట్లనెను 'ఓ ధృతరాష్ట్ర! ఈ కౌరవులయొక్కయు, పాండవులయొక్కయు, అందఱియొక్కయు కీర్తిని నేను ప్రకటన జేయగలను. విచారింపకుమా' ఇట్లని వ్యాసుడు మూడేండ్లు 'జయ' గ్రంథము జేసి ధృతరాష్ట్రాదులు గతించిన పిమ్మటగాని

పాండవపక్షముగా వ్రాసియుండుటచే బ్రహ్మయుగా వ్యాస ములజూచిన సంజయునకుగూడ జయమును చూపకుండుటలో నాశ్చర్యములేదు. వ్యాసుడు వాల్మీకివలె ధర్మాతిశయనిరూపకకవి గాక, అర్థాతిశయనిరూపకకవియై యన్యాయమున కొడబడినవా డుగా గాన్పించును" (పు 158)

ను.భా.చ. కారులిచ్చట మహర్షిపై నారోపించిన నిందలు మూడు. అందు ధృతరాష్ట్రునితో నేనందరికీర్తిని ప్రకటింతునని చెప్పి వ్రాసిన జయమును ధృతరాష్ట్రాదులు గతించినపిమ్మటగాని వెల్లడిగప కపోవుట యొకటి. సంజయునకుగూడ జయమును చూపకుండుట యొ కటి. వీనిని క్రమముగా పరిశీలింతము

ధృతరాష్ట్రునితో వ్యాసమహర్షి యేమని చెప్పెను?

"అహంతు కీర్తిమేతేషాం కురూణాం భరతర్షభ।
పాండవానాంచ సర్వేషాం ప్రథయిష్యామి మానకుచః॥"

అనియేకదా! ఇందు అందరికీర్తిని ప్రకటింపగలను. అని మా త్రమే యున్నదికాని ధృతరాష్ట్రాదులు జీవించియుండగనే ప్రకటింతు ననికాని, గ్రంథము ధృతరాష్ట్రాదులకు వినిపింతుననికాని లేదే. ఇట్టి స్థితిలో ధృతరాష్ట్రాదులు గతించిన తరువాత వెల్లడించిన నేరమేమి? ప్రతివాదుల యూహానుబట్టి పాండవపక్షముగా వ్రాయబడిన గ్రంథ మును పాండవులుండగా వెల్లడించుటకాని, పాండవులకు వినిపించుట

"శౌర్య శ్లాఘా భవేత్కీర్తి ర్యశశ్శౌర్యప్రథా" అను నిర్వచనమును బట్టి శౌర్యమును శ్లాఘించుట కీర్తియగును కనుక దుశ్శాసనాదుల శౌర్యమును 'ద్యూతసభకు ద్రౌపది నీడ్చుకొని వచ్చెను' అని వర్ణింపలేదా? ఈ మ. భా. చ. కారులే దుశ్శాసనుని గూర్చి వ్రాయుచు—

"దుశ్శాసనుడు బాహుబలశాలి, శస్త్రాస్త్రవిద్యాకోవిదుడు. కీచక సైంధవులంగూడ బోరగిలం ద్రోయగలిగిన ద్రౌపతి నీడ్చి తీసికొనిరాగలిగెను" (పు271)

అని దుశ్శాసనుని యాశౌర్యమును శ్లాఘింపలేదా? కనుక మొదటినింద నిరస్తమైనది ఇక రెండవదానిని జూతము—

వ్యాసుడు తన గ్రంథమును సంజయునకుగూడ జూపినట్లు లేదట. ఇట్లనుట కాధారము—

"గ్రన్థగ్రన్థిం తదా చక్రే మునిర్గూఢం కుతూహలాత్ ।
యస్మిన్ ప్రతిజ్ఞయా ప్రాహ ముని ర్ద్వైపాయన స్త్విదమ్ ॥
అష్టౌ శ్లోకసహస్రాణి హ్యష్టౌ శ్లోకశతానిచ ।
అహం వేద్మి శుకో వేత్తి సంజయో వేత్తి వా నవా ॥"

అను గ్రంథమట. ఇచ్చట, గ్రంథగ్రంథిరూపములై యున్నవి.

సందర్భముకలదా? యీవద్దగ్రంథము జూపబడినట్లేకదా.

మఱియు "సంజయో వేత్తివా నవా" అని యుండుటను బట్టి సంజయునకు గ్రంథము జూపినట్లు లేదందురే. చూపనట్లు మాత్ర మున్నదా? 'వేత్తివా నవా' అనుదానికి చూపనట్లర్థమా?

మఱియు వ్యాసమహర్షి యన్నమాట యేమి? గ్రంథగ్రంథు లైన 8800 శ్లోకములను నేనెరుగుదును. శుకుడెఱుగును. సంజయు డె రుగునో యెరుగడో అని కదా! దీనితాత్పర్యము, ఆశ్లోకముల గూ ఢార్థము నాకును శుకునకును తెలియును. సంజయునకట్లు గూఢార్థము తెలియునో లేదో అనియేకదా.

ఇప్పుడు సంజయుడు ఆ 8800 శ్లోకముల నొకమే యెఱుగకుం డుట నిజమైనయెడల నాతని కాశ్లోకముల గూఢార్థము తెలిసెనో లేదో యను సంశయమే అసంభవము. శ్లోకోక్తమైయున్న యీసంశ యమును బట్టియే సంజయుడా 8800 శ్లోకములను తప్పక చూచియుం డెనని నిర్ణయింపవలసియున్నది. అట్లు సంజయుడు చూచుట వ్యాసమ హర్షి చూపుటచేతనే అనవలసియున్నది. కనుక మహర్షి సంజయునకు చూపినట్లు లేదను మ.భా.చ కారులవ్రాత హేయము.

దీనినిబట్టియే "వ్యాసుడు పాండవపక్షముగా వ్రాసియుంచు

ము మన్నది.

ఇట్లుండుటచే, సంజయునకు జూపినట్లు లేదను కల్పనమీాద మహర్షి యన్యాయమున కొడబడె నన్న మూాడవనిందకూడ పరాస్తమైనది.

సంజయుడు ప్రత్యక్షముగా జూచిన వ్యవహారములలో యుద్ధ వ్యవహారములు వ్యాసభగవానుని కటాక్షముచేతనే చూడగలిగెను సుమా. యని మ భా. చ. కారులకు దెలుపుచున్నాము. ధృత రాష్ట్రుడు యుద్ధమును సాకల్యముగా దెలిసికొనగోరుచున్నా నని ప్రార్థింపగా-వ్యాసమహర్షి ——

"ఏష తే సంజయో రాజన్ యుద్ధ మేత ద్వదిష్యతి ।
చక్షుషా సంజయో రాజన్ దివ్యేనైవ సమన్వితః ॥
కథయిష్యతి తే యుద్ధం సర్వజ్ఞశ్చ భవిష్యతి ।
ప్రకాశంవాఽప్రకాశంవా దివావా యదివా నిశి ॥
మనసా చిన్తిత మపి సర్వం వేత్స్యతి సంజయః ।"

సంజయుడు దివ్యదృష్టికలిగి ప్రకాశముగా గాని, ప్రచ్ఛన్న ముగా గాని, పగటియందుగాని, రాత్రియందుగాని, యేమి జరిగినను, మనస్సులలో నేమేమి యాలోచింపబడినను సర్వము దెలిసికొని నీకు జెప్పును. అని వర మిచ్చియుండెను. కనుకనే యావద్వృత్తాంతమును

దీనిచే "వ్యాసుడు వ్రాసిన జయము రణరంగమునకు సైన్యము నడచువఱకు మాత్రమె. విపులముగా జెప్పబడి యుద్ధవృత్తాంత మేసంజయునివలననో విని యావ్యాసుడు ముక్తసరుగా జెప్పి యుండును." (మ. భా. చ. పు 68

అను వ్రాత నిరస్తము. యుద్ధవృత్తాంతమును వ్యాసునకు వచ్చి సంజయుడే చెప్పుచుండె ననునది కేవలము దురూహ. విషయాంతర మందుకొందము—

వ్యాసుడు సంకీర్ణజాతీయు డగుటచే సంకీర్ణజాతీయులగు పాండవులకు దోడ్పడెనను ప్రసంగము—తన్నిరాకరణము.

మ. భా. చ. కారుల వ్రాత యిట్లున్నది—"వ్యాసుడు సంకీర్ణ జాతీయు డగుటచేతనే సంకీర్ణజాతివారగు పాండవులకు చెక్కు చోటుల చెక్కుభంగుల దోడ్పడెను" (పు 119) ఇతరులనుగూర్చి వ్రాత కూడ నిట్లే యున్నది.

"ఎట్లైనను విదురుడు సంకీర్ణుడే అందువలనచే సంకీర్ణజాతివారగు పాండవులపై ననురాగము" (పు 128)

"కృపుడు ... సంకీర్ణుడు ... కౌరవుల కూడు దినుటచే నీతడు కౌరవపక్షముగా బోరెనుకాని సంకీర్ణులగు పాండవులపక్షమున మాటలాడువాడు" (పు 126)

తిని జేసియున్నా డని మామాత్రమునకుని జెప్పవచ్చును" (పు. 121)

"పాండవపక్షపాతము లేవరు! నాటి కాలపు సామాన్యజను లందరు పాండవపక్షపాతులే" (పు. 120)

ఈ వ్రాతచే పాండవులు సంకీర్ణజాతీయు లనియు, నట్టి పాండవుల యందు వేదవ్యాసాదులం పక్షపాతము కలవా రనియు, వారి పక్షపాతమునకు కారణము సంకీర్ణజాతీయు లగుటచేతనే కలిగె ననియు తేల్చి ధర్మాగ్రగణ్యులగు వేదవ్యాస భీష్మద్రోణ కృపాచార్య విదురులును సంకీర్ణజాతీయు లనియు, పక్షపాతు లనియు చులకనగా దీసి వేసినారు. ఈ వ్రాతవ్రాసిన వారి మాటను బట్టుకొనియే ముందు పరిశీలింతము—

సంకీర్ణజాతివారికి సంకీర్ణజాతివారియందే పక్షపాత మని వ్రాత లోని సారాంశము. వ్రాసినవాడనిర్ణయుండగు వ్యాసాదులవలె భిన్న జాతీయ స్త్రీపురుషసంబంధమును బట్టి ధృతరాష్ట్రుని, కర్ణుని గూడ సంకీర్ణజాతివారని యనవలసి యున్నది. వీరిరువురు సంకీర్ణజాతీయులై యుండియు సంకీర్ణజాతీయు లనబడిన పాండవులయందు పక్షపాతము లేని వారు. అందుచే 'సంకీర్ణజాతివారికి సంకీర్ణజాతివారియందే పక్షపాతము' అను మాట వ్రాసినవాని స్వమునకు ఇంతేగాక సంకీర్ణజాతివా రగు కర్ణ ధృతరాష్ట్రులకు పూర్వాచారపరు డని వ్రాతవారిచే అన్న దుర్యోధనుని

షులుగూడ సంకీర్ణజాతివారే యని సిద్ధించినది. పాండవద్వేషులే గాక దుర్యోధనపక్షపాతులుగూడ సంకీర్ణజాతివారని సిద్ధించినది.

ఇట్లు ప్రతివాదుల నోటిమాటలనే తీసికొని చూచినను పాండవపక్షపాతమునకును, సంకీర్ణజాతికిని యేమాత్రము సంబంధము లేదని తేలినది

ఈప్రస్తావములో పుత్రుడగు దుర్యోధనుని మందలించిన గాంధారి యుపదేశమును చూడవలసియున్నది. ప్రతివాదులీగాంధారిని గూర్చి—

"మరణసంశయమగు యుద్ధమున కేగుచు దన్ను దీవింపు మని వచ్చిన కుమారుని "యతో ధర్మ స్తతో జయః" అని ధర్మైకాగ్రచిత్తయై దీవించిన ధర్మవనితామతల్లిక' వ. భా. చ. (పు268) అని ప్రశంసించియే యున్నారు.

ప్రతివాదు లుదాహరించిన యీదీవనకు తాత్పర్యము ముందు గ్రహింపవలసియున్నది జయము ధర్మాధీనముకనుక ధర్మ మెచ్చటనో జయ మచ్చట, అని 'యతో ధర్మ స్తతో జయః' అనుమాటకు తాత్పర్యము

ఇది దుర్యోధనుని విజయమునకు జేసిన దీవనకాదు. అట్టిదీవనయే యైన మహాపతివ్రత దీవన వ్యర్థమగునా? అట్టిదీవన 'విజయీభవ' అనియో, 'నీధర్మమే నీకు విజయమిచ్చుగాత' అనియో యుండును.

భీష్మో ద్రోణః కృపః క్షత్తా సుహృదాం కురు తద్వచః ॥
యథా భీష్మ శ్శాంతనవో ద్రోణశ్చాపి మహారథః ।
ఆహతు స్తాత తత్సత్య మజేయౌ కృష్ణపాండవౌ ॥
శ్రీమద్భి రాత్మవద్భి స్తై ర్బుద్ధిమద్భి ర్జితేన్ద్రియైః ।
పాండవై ర్విగ్రహ స్తాత భ్రంశయే న్మహత స్సుఖాత్ ॥
యచ్చ త్వం మన్యసే మూఢ భీష్మద్రోణకృపాదయః ।
యోత్స్యన్తే సర్వశక్త్యేతి నైత దద్యోపపద్యతే ॥
సమం హి రాజ్యం ప్రీతిశ్చ స్థానం హి విదితాత్మనామ్ ।
పాండవే ష్వథ యుష్మాసు ధర్మ స్త్వభ్యధిక స్తతః ॥’

(ఉద్యో అ. 129)

దుర్యోధనా! నీతండ్రియు, భీష్మద్రోణకృపవిదురులు నీకు చెప్పియున్న విధముగనే నీవు చేయుము. వారు ప్రేమకలవారు. పూజ్యులైన భీష్మద్రోణులు చెప్పినది సత్యము కృష్ణార్జునులు అజేయులే. గుణవంతులగు పాండవులతో విరోధము సుఖభ్రష్టత కలుగ జేయును మూఢుడా? భీష్మద్రోణకృపాచార్యాదులు సర్వశక్తులతో యుద్ధము జేయుదు రని భావించుచున్నావు, కాని యిప్పుడది సాగదు. మీయందును, పాండవులయందును ప్రీతిమొదలైనవి యావిదితాత్మలకు సమానములే యైయున్నను ఆపాండవులయందు ధర్మమభ్యధికము. ఈయుపదేశములో భీష్మద్రోణకృపవిదురులు దుర్యోధనునియందు సౌహార్దము కలవా రని గాంధారి యన్నది. ఆభీష్మాదులు సంకీర్ణ

మఱియు పాండవులు సంకీర్ణజాతివారని మ. భా. చ. గారు లన్నారు. తనతో సమానజాతివారే పాండవు లనిదుర్యోధనుడన్నాడు. చూడుడు—

ధృతరాష్ట్రుడు, సంజయునితో పాండవు లధికబలులు— వారికి జయము తప్పదు నేపలడనుచున్నను దుష్పుత్రుని యుద్ధమునే కోరుచుండెను అన్నపుడు దుర్యోధనుడు—

"ఉభౌ స్వ ఏకజాతీయాం తథోభౌ భూమిగోచరౌ ।
అథ కస్మాత్పాండవానా మేకతో మన్యసే జయమ్ ॥" ఉద్యో అ57

"నేను మీరువురమును నేకజాతివారము, భూపతులము నైయుండి నొక్క పాండవులకే జయ మని తలచెద వేమి?" అనెను. దీనిచే పాండవులకును, దుర్యోధనాదులకును జాతిభేదము లేదని సిద్ధించినది. ఇప్పుడాలోచింప పాండవుల జాతి భేదో ఆ దుర్యోధనునకు దెలియునా? ఈ మ. భా. చ. కారులకు దెలియునా?

మఱియు. ద్రోణకృపులను సంకీర్ణజాతివారని (భిన్నజాతీయస్త్రీపురుషసంజాతులని) మ. భా. చ. గారు లన్నారు.

వారినిగూర్చిదుర్యోధను డయోనిజు లని చెప్పెను. చూడుడు—
"బ్రహ్మర్షేశ్చ భరద్వాజా ద్ద్రోణో ద్రోణ్యాం సమజాయత ।
కృపశ్చాచార్యముఖ్యోఽయం మహర్షే ర్గౌతమా దపి ॥

...........జ బిడ్డలును గనుక......కృప, మేనమామ
యొక్క తండ్రియగు ద్రోణాచార్యులు, అల్లునుప కృపి, మేనమామ
యగు కృపాచార్యులు నను మ్రగ్గురును అయోనిజ లవియును చెప్పబడినది.

ఇట్లుండ ద్రోణాదులను గూర్చి యూధురోద్యోధనునకు తెలి
యునా? ఈ మ భా చ కారులకు తెలియునా? కనుక మ భా చ.
కారుల వ్రాత నిండ్యము అయోనిజజన్మప్రాశిమాణికత్వము 'ద్రౌపది
నిందానిరాకరణ' యను ప్రకరణమున నిరూపింపబడను. ఇక వ్యాస
మహర్షి నిగూర్చి చెప్పవలసియున్నది

మహర్షి విప్రుడే యని నెనుక గొంత చెప్పియుంటిమి. ఆవి
షయ మింకను ముందు చెప్పటపను కనుక "వ్యాసుకు సంకీర్ణ జా
తీయు డగుటచేతనే సంకీర్ణ జాతివా రగు పాండవులకు బెక్కు-చోట్టుల
బెక్కు-భంగుల దోడ్పడెను" అను మ భా చ కారుల మాటలో
వ్యాసుడు సంకీర్ణ జాతీయు డను మాట తోసివేయబడినది

పాండవులు సంకీర్ణజాతివా రను మాట, పూర్వము చూపిన
దుర్యోధనవాక్యముచే నిరసనము. ఇక వ్యాసమహర్షి పాండవులకు
దోడ్పడెను. అన్నమూట యున్నది ఆపన్నులైన పాండవులకు దోడ్ప
డుట వ్యాస మహర్షికి తిప్పా? ఇటు కౌరవులయందును, అటు పాండ
వులయందును సమాషదృష్టియే మహర్షి కున్నను ఆపన్న లగు
టచే పాండవులయందు కరుణాతిశయము కలిగినది. అదియే ధర్మా

దీనస్య తు సతః శక్ర పుత్రస్యాభ్యధికా కృపా ॥
తద్యథా సురభిః ప్రాహ సమస్తైవాఽస్తు తే తథా ।
సుతేషు రాజన్ సర్వేషు హీనే ష్వభ్యధికా కృపా ॥
యాదృశో మే సుతః పాండు స్తాదృశో మేఽసి పుత్రక ।
విదురశ్చ మహాప్రాజ్ఞః స్నేహా దేత ద్బ్రవీ మ్యహమ్ ॥
చిరాయ తవ పుత్రాణాం శతమేకశ్చ భారత ।
పాండోః పంచైవ లక్ష్యన్తే తేఽపి మన్దాస్సుదుఃఖితాః ॥"

నీలకంఠీయమ్—

"మన్దాః=త్వత్పుత్రవత్ కపటానభిజ్ఞాః ।"
కథం జీవేయు రత్యన్తం కథం వర్ధయేయు రిత్యపి ॥
ఇతి దీనేషు పార్థేషు మనో మే పరితప్యతే ।
భవన్తి హి నరవ్యాఘ్ర పురుషా ధర్మచేతసః ॥
దీనాభిపాతినో రాజ న్నాత్ర కార్యా విచారణా ।
పాండో స్సుతా యాదృశా మే తాదృశా ఽస్తవ భారత ॥
దీనా ఇతీవ మే బుద్ధి రభిపన్నాఽద్య తాన్ ప్రతి ॥" (వనప. అ9)

ధృతరాష్ట్రా! సురభియను దేవధేనువు-దున్నుచు దుర్బలస్థితిలోనుండి దెబ్బలుతినుచున్న పుత్రుని జూచి ఖేదపడి యింద్రునితో పుత్రులందఱియందు నాకు సమానదృష్టియే కాని యాపన్నుడైన పుత్రునియం దధికదయ యనిచెప్పియున్నది.

పాండవులను చూచి పరితపించుచున్నది. ధృతరాష్ట్రా! ధర్మాత్ము లకు దీనోద్ధరణము కర్తవ్యమే కదా. నాకు పాండుపుత్రు లెట్టివారో నీపుత్రులు నట్టివారే వారు దీనులైయున్నా రని యిప్పుడు నాబుద్ధి వారియందు సంసక్తమైనది. అని తాత్పర్యము.

ఇట్లే లక్కయింటినుండి తప్పించుకొని జటాధారులై తాపసవే షములతో కుంతీసహితముగా నేకచక్రపురమందు పాండవులు ప్రవేశిం పబోవు నపుడు మహర్షి దర్శన మిచ్చి చెప్పెను—

"మయేదం వ్యసనం పూర్వం విదితం భరతర్షభాః ।
యథాతు తై రధర్మేణ ధార్తరాష్ట్రై ర్వివాసితాః ॥
తద్విదిత్వాఽస్మి సంప్రాప్త శ్చికీర్షుః పరమం హితమ్ ।
న విషాదోఽత్ర కర్తవ్య స్సర్వ మేత త్సుఖాయ వః ॥
సమాస్తే చైవ మే సర్వే యూయం చైవం న సంశయః ।
దీనతో బాలత శ్చైవ స్నేహం కుర్వన్తి మానవాః ॥
తస్మా దభ్యధిక స్నేహో యుష్మాసు మమ సాంప్రతమ్ ।

(ఆది అ 156)

దుర్యోధనాదులు అధర్మబుద్ధితో హాస్తినాపురమునుండి మిమ్ము లను వెడలగొట్టిన విధానము నేను ముందే గ్రహించితిని. మీకు హితము గలిగింప వచ్చితిని. ఇది మీకు మంచికే వచ్చినది ఖేద

సంభాషించునపు డెట్లు కౌరవులును, పాండవులును నాకు సమానులే యని చెప్పెనో, అట్లే కేవలము పాండవులతో మాట్లాడునపుడుగూడ మీరును, దుర్యోధనాదులును నాకు సమానులే యనుటవలన కౌరవుల యందు దయారహితు డనుట ప్రతివాదుల తప్పు. పాండవులు దీనులై యున్నందున ప్రేమాతిశయమునటచే 'వ్యాసుడు పాండవపక్షపాతి' అను తన బుద్ధిని 'వ్యాసమహర్షి దీనదయావరుడు' అని దిద్దుకొనవలెను. దీనదయాపరు డగు వ్యాసమహర్షి దీనులైయున్న పాండవులకు దోడ్పడుట దోష మని ప్రతివాదుల కనిపించినది కాని ప్రాజ్ఞుల కనిపింపదు కనుక ప్రతివాదుల వ్రాత హేయము.

—♦ వేదవ్యాససంకీర్ణజాతీయతానిరాకరణము ♦—

వేదవ్యాసమహర్షిని సంకీర్ణజాతీయుడన్న మ భా చ. కారులు అచ్చటచ్చట మహర్షిని గూర్చి యెట్లు వ్రాసిరో చూడవలసి యున్నది—

"వ్యాసుడు, జాబాలి, కవషుడు మొదలగువారు వారితల్లులేజాతివారైనను బీజప్రాధాన్య తపోవిశేషములచే మహర్షులైరి."

"జన్మముచే స్మృతుల ననుసరించి నిషాదుడును, తపోమహిమ బీజప్రాధాన్యముల ననుసరించి బ్రహ్మర్షియు నగువ్యాసునకు క్షత్రియాంగనలయందు రాజులగు ధృతరాష్ట్ర పాండురాజు లుద్భవించిరి." (పు, 72)

స్మృతులే బీజప్రాధాన్యమును చెప్పి, జన్మముచే నిషాదు డని యాస్మృతులెట్లు చెప్పును? జాతి జన్మసిద్ధముకనుక నిషాదుడే యైనయెడల బీజప్రాధాన్యమే పోయినది బీజప్రాధాన్యమే యున్నయెడల నిషాదత్వము పోయినది ఇట్టిస్థితిలో బీజప్రాధాన్య మనుట, నిషాదు డనుట విరుద్ధము. అట్టి నిషాదునకు క్షత్రియాంగనలయందు జన్మించిన ధృతరాష్ట్రాదులు క్షత్రియు లగుటకూడ స్మృతులనుబట్టి విరుద్ధమె. అసలు నిషాదు డనుటకు గల వారి యూహలు వెనుక నిరసింపబడియే యున్నవి

ఇంకొకటి, యెవ్వరో, 'వ్యాసజననియగు సత్యవతీదేవి బ్రాహ్మణియే' యన్నా రని యావాదమును త్రోసివేయుటకు గొన్ని ప్రమాణములు చూపుచు మ. భా. చ కారు లిట్లు వ్రాసిరి—

"ధర్మశాస్త్రగ్రంథములలో నుత్కృష్టగ్రంథమగు మనుస్మృతికి వ్యాఖ్యానమగు 'మన్వర్థముక్తావళి' యందు కుల్లూకభట్టు బీజక్షేత్రప్రాధాన్యముగూర్చి వ్రాయుచు వ్యాసధృతరాష్ట్రాదులం జేర్కొనినాడు. చూడుడు—

"విశిష్టం కుత్రచి ద్బీజం స్త్రీయోని స్త్వేవ కుత్రచిత్॥ మను. 9అ

వ్యా... క్వచి ద్బీజం ప్రధానం జాయతే. యదర్థ ముప్రాయమితి న్యాయేన ఉత్పన్నో బీజినో బుధఇవ సోమస్య. తథా వ్యాసఋ

ఒక్కొక్కచోట బీజము ప్రధాన మగును. "ఎందుకై పుట్టింపబడె నతడు" అను న్యాయముచే బీజివలన బుట్టింపబడినవాడు-సోమునకు బుధునివలె. అట్లే వ్యాసఋష్యశృంగాదులు బీజముకలవారికే సుతులైరి ఒక్కొకచోట క్షేత్రమునకు ప్రాధాన్యము కలదు. కనుకనే విచిత్రవీర్యుని క్షేత్రమగు క్షత్రియయందు బ్రాహ్మణోత్పాదితులైనను ధృతరాష్ట్రాదులు క్షత్రియులే యైరి" (మ భా చ. పు 66)

ఇందొక చిత్రమున్నది కుల్లూకభట్టీయములో "క్వచి ద్బీజం ప్రధానం జాయతే యదర్థ ముప్తోయ మితి న్యాయే నోత్పన్నో బీజినః" అని యున్నదని, దాని కర్థము=ఒక్కొకచోట బీజము ప్రధాన మగును 'ఎందుకై పుట్టింపబడె నతడు' అను న్యాయముచే బీజివలన బుట్టింపబడినవాడు అని వ్రాసిరికదా. 'యదర్థ ముప్తోయమ్' అను న్యాయస్వరూప మేమి? దానికి 'ఎందుకై పుట్టింపబడె నతడు' అని యర్థ మేమి? అట్టిన్యాయముచే బీజప్రాధాన్యపక్షమున కుపోద్బల మేమి? అవి విచారింపకయే ప్రతివాదులు కనబడినదానికి తోచిన ట్లర్థము జెప్పినారు. ఇదియే చిత్రము! కుల్లూకభట్టీయములో 'యదర్థ ముప్తోయమ్' అనికాక 'యాదృశ న్నుప్యతే బీజమ్' అనిపాఠము.

"యాదృశన్నుప్యతే బీజం క్షేత్రే కాలోపపాదితే।
తాదృ గ్రోహతి తత్తస్మిన్ బీజం స్వై ర్వ్యంజితం గుణైః॥"

అనునది మనుస్మృతిలో నుత్తరశ్లోకము. అది బీజప్రాధాన్య

అనియు 'విశిష్టం కుత్రచి ద్బీజమ్' అనియు, 'వ్యాసఋశ్యశృంగాదయో బీజినా మేవ సుతాః' అనియు, 'విచిత్రవీర్య క్షేత్రే క్షత్రియాయాం బ్రాహ్మణోత్పాదితాః' అనియు వ్యాసమహర్షి బీజప్రాధాన్యమును బట్టి బ్రాహ్మణుడే యని స్పష్టముగా జెప్పియుండగా నట్టి ప్రమాణములకు విరుద్ధముగా వ్యాసుడు సంకీర్ణజాతీయు డనుట నింద్యము ఆమను స్మృతివచనము, ఆవ్యాఖ్యానము పరుల వాదమును ఖండించుటకే ప్రమాణముకాని తమ వాదమును ఖండించుటకు ప్రమాణము కావుకాబోలు.

ఇక బీజప్రాధాన్య మన్నను, సంకీర్ణజాతియన్నను ఒకటే యనుటకు సిద్ధపడుదురేమో! వాని భేదము దెలుపుదము. బీజప్రాధాన్య పక్షములో పితృజాతి, క్షేత్రప్రాధాన్యపక్షములో మాతృజాతి, ఆ రెండుపక్షములు కానపుడు సంకీర్ణజాతి ఈవిషయము ఆమనుస్మృతి వ్యాఖ్యానమందే యున్నది చూడుడు—"సంకీర్ణజాతీనాన్తు అశ్వతరవన్మాతాపితృజాతివ్యతిరిక్తజాత్యన్తరత్వమ్"

ఇట్లు పరిశీలింపగా వ్యాసుడు సంకీర్ణజాతీయు డను ప్రతివాదుల వ్రాత ప్రమాణవిరుద్ధము, స్వవచనవ్యాహతము, సందర్భవిరుద్ధము నగుటచే హేయము

వేదవ్యాసమహర్షి బీజప్రాధాన్యమున బ్రాహ్మణుడేకనుక "సంకీర్ణజాతీయుడగు ద్వైపాయన పక్షముపై నీసు వహించి వైదికఋషులు

మేధము, సగరాశ్వమేధము, రామాశ్వమేధము మున్నగువాని పేరులు వీరికి గనబడినవి కాబోలు! ఆపై వైదికఋషులు సంకీర్ణజాతీయుడగు ద్వైపాయనపక్షముపై నీసు వహించిరట! ఈ సంకీర్ణజాతివ్రసంగ మింక మానవలసిన దని చెప్పియున్నాము. వైదికవాఙ్మయములో "సహోవాచ వ్యాసః పారాశర్యః" అని వ్యాసమహర్షి కీర్తింపబడి యుండ వైదికఋషులకు ద్వైపాయనపక్షముపై నీసా? కనుక వీరి వ్రాత హేయము

ఇక దీనిని విడిచి పూర్వము ప్రస్తావింపబడిన బీజప్రాధాన్యక్షేత్రప్రాధాన్యపక్షములలో నెవ్వ దేపక్షము గ్రాహ్య మని యున్నదో చూతము—

—• బీజప్రాధాన్యక్షేత్రప్రాధాన్యవ్యవస్థ •—

"యస్తల్పజః ప్రమీతస్య క్లీబస్య వ్యాధితస్య వా ।
స్వధర్మేణ నియుక్తాయాం స పుత్రః క్షేత్రజస్స్మృతః ॥" మను అ9

వ్యా "యో మృతస్య, నపుంసకస్య, ప్రసవవిరోధివ్యాధ్యుపేతస్య భార్యాయాం ఘృతాక్తత్వాదినియోగధర్మేణ గురునియుక్తాయాం జాతః స క్షేత్రజః పుత్రో మన్వాదిభిః స్మృతః"

మరణించినవాని భార్యయు, నపుంసకుని భార్యయు, సంతానప్రతిబంధమైనవ్యాధికలవాని భార్యయు, పుత్రసంతతికై గురుజన

అను శ్లోకమునకు వ్యాఖ్యానములో 'క్వచిత్ క్షేత్రస్య ప్రాధాన్యం, యథా య స్తల్పజః ప్రమీతస్యేతి వక్ష్యతి, అతఏవ విచిత్రవీర్యక్షేత్రే క్షత్రియాయాం బ్రాహ్మణో త్పాదితా అపి ధృతరాష్ట్రాదయః క్షత్రియాః క్షత్రిణఏవ పుత్రా బభూవుః'' అని క్షేత్ర ప్రాధాన్యపక్షమునకు నియోగవిధినిబట్టి కలిగిన ధృతరాష్ట్రాదులు నిదర్శనముగా జూపబడిరి.

"తపో బీజప్రభావైస్తు తే గచ్ఛన్తి యుగేయుగే ।
ఉత్కర్షమ్'' (అ10. 42శ్లో॥

వ్యా 'సజాతిజానన్తరజాః తపఃప్రభావేణ విశ్వామిత్రవత్. బీజప్రభావేణ ఋశ్యశృంగాదివత్ కృతత్రేతాదౌ మనుష్యమధ్యే జాత్యుత్కర్షం గచ్ఛన్తి''

"జాతో నార్యా మనార్యాయా మార్యా దార్యో భవే ద్గుణైః ।
జాతో ఽప్యనార్యా దార్యాయా మనార్య ఇతి నిశ్చయః॥
యస్మా ద్బీజప్రభావేణ తిర్యగ్జా ఋషయోఽభవన్ ।
పూజితాశ్చ ప్రశస్తాశ్చ తస్మాద్బీజం ప్రశస్యతే ॥''

వ్యా—యస్మా ద్బీజ మాహాత్మ్యేన తిర్యగ్జాతిహరిణ్యాదిజాతా అపి ఋశ్యశృంగాదయో మునిత్వం ప్రాప్తాః పూజితా శ్చాభివాద్య త్వాదినా వేదజ్ఞానాదినా ప్రశస్తా వాచా సంస్తుతాః''

... అను ...యడు ...సన ...ణ...యును ...బ్రాహ్మణులయందు బుట్టి
చినను ఋశ్యశృంగాదులు బీజప్రభావమున మనులై వేదవిదులై
పూజితు లగుటచే బీజము ప్రధాన మైనది, అని చెప్పబడినది. దీనిచే
నియోగసంబంధము లేనపుడు ఋష్యాదుల విషయమై బీజపాఠిఖాన్య
పఱ మని స్పష్టమైనది.

కనుకనే "విశిష్టం కుత్సిచి ద్వీజం" అన్నపుడు వ్యాఖ్యానములో
"వ్యాస ఋశ్యశృంగాదయో బీజినా మేవ సుత్ఞా" అని వేదవ్యాస
దులు బీజపాఠిఖాన్యపఱమునకు నిదర్శనముగా జూపబడిరి.

"వ్యభిచారేణ వర్ణానా మవేద్యా వేదనేనచ |
స్వకర్మణాంచ త్యాగేన జాయన్తే వర్ణసంకరాః ||" (10-24)

వ్యా___బ్రాహ్మణాదివర్ణానా మన్యోన్య స్త్రీగమనేన సగో
త్రాదివివాహేన ఉపనయనరూపస్వకర్మత్యాగేన వర్ణసంకరోనామ
జాయతే.

దీనినిబట్టి అన్నివర్ణములవారును అన్యోన్య స్త్రీగమనరూపమగు
వ్యభిచారము చేయగా కలిగెడి సంతతియందు బీజపాఠిఖాన్య ములే
నందున, పిత్రుజాతియు క్షత్రపాఠిఖాన్యము లేనందున మాత్రు,
జాతియు కాక సంకీర్ణజాతి యని తేలినది. ఇది యీపఱములయొక్క_
వ్యవస్థ ఇప్పుడు క్షత్రియకాంత లగు పాంపురాజధర్మసత్నులయందు
పాంచుర రాజనియోగమును బట్టి దేవతానుగ్రహమున జన్మించిన

నచో వ్యాసుని వీర్యమునబుట్టిన శ్రీశుకుకు మహర్షియు, ధృత రాష్ట్ర పాండురాజులు క్షత్రియులు, విదురుకు శూద్రుడు నె ట్లయిరి? యిచ్చట వీర్యప్రధానత కాక క్షేత్రప్రాధాన్యమే వప్పి కొక్కను" (ఋ. భా. చ. పు 151)

అను వ్రాతకు శ్రీశుకు డయోనిజుడగుటచేగూడ వీర్యప్రాధా న్యమే యనియు, ధృతరాష్ట్రాదులు నియోగవిధిచే గలిగినందున వారి యందు క్షేత్రప్రాధాన్యమే అనియు సమాధానము చెప్పబడినది.

ఇంకొక విశేషము— ఋషులలో బ్రాహ్మణదంపతులకు జన్మిం పని కొందఱికి బ్రాహ్మణ్యము చెప్పబడియున్నది. దాని కుపపత్తి యే మనగా వేదమంత్రములు వారికి స్వయముగా ప్రతిభాసించుటవలన వారికి బ్రాహ్మణ్యా మని. కనుక నే—

"స్వయంప్రతిభాత వేదమంత్రత్వాఖ్య మేవ బ్రాహ్మణ్యమ్. బ్రా హ్మణ్యం బ్రాహ్మణా దజాతానా మపి" (ధర్మప్రదీపము)

అని చెప్పబడినది వేదము లట్లు స్వయముగా ప్రతిభాసించు టకు నిదర్శనము వేదవ్యాసమహర్షియు, శుకయోగియు శుకయోగిని గూర్చి యిట్లు చెప్పబడినది.

"ఉత్పన్నమాత్రం తం వేదా స్సరహస్యా స్ససంగ్రహాః।
ఉపతస్థు ర్మహారాజ యథాఽస్య పితరం తథా ॥" (శాం॥ అ 324)

ఇక దీని నిటుంచి క్షేత్రపాత్రీధాన్యపక్షమున కాధార మైన నియోగమును గూర్చి మనుస్మృతివ్యాఖ్యానములో నుదాహరింపబడిన బృహస్పతివచనము నవలోకింతము—

"ఉక్తా నియోగా మనునా నిషిద్ధా స్వయమేవ తు ।
యుగక్రమా దశక్యోఽయం కర్తు మన్యై ర్విధానతః ॥
తపోజ్ఞానసమాయుక్తాః కృతత్రేతాయుగే నరాః ।
ద్వాపరేచ కలౌ నృణాం శక్తిహాని ర్హి నిర్మితా ॥
అనేకధా కృతాః పుత్రా ఋషిభిశ్చ పురాతనైః ।
న శక్యతేఽధునా కర్తుం శక్తిహీనై రిదంతనైః ॥"

అనగా— నియోగపద్ధతిని మను వుపదేశించియు, యుగక్రమము నుబట్టి యీనియోగవిధి యథోక్తముగా నన్యులచే నిర్వహింపశక్యము కాదని నిషేధించెను. కృతత్రేతాద్వాపరములలోనివారు తపోబలము, జ్ఞానబలము గలవారు. కలియుగమందు మనుజులశక్తి క్షీణమైనది. పురాతనులైన ఋషులు మంత్రశక్తులతో పుత్రేష్టులతో నొక్కటేమి అనేకవిధముల ఋత్రుల ననుగ్రహించిరి. ఇప్పుడు శక్తిహీనుల కది యశక్యము. అని తాత్పర్యము. ఈనియోగవిధి ననుసరించువారి నియమములు వెనుక 'వితంతూద్వాహప్రసంగనిరాకరణ' సందర్భములో జెప్పబడినవి. ఇచ్చట వాని ననుసంధింపవలెను.

భాగవతము రచించె నను ప్రసంగము—తన్నిరాకరణము.

మ. భా. చ. కారుల వ్రాత యిట్లున్నది—"న్యాయ మన్యాయముగాను, అన్యాయము న్యాయముగాను వ్రాయుటచే వ్యాసుడె చింతించి నారదోపదేశముచే భాగవతమును రచించియుండుటయే కాక మనసింకను బాధించుటచే గాబోలును సుయోధనునకు స్వర్గ సౌఖ్యప్రాప్తిని పాండవులకు గొంతకాలము నరకప్రాప్తినిగూడ బిమ్మట జెప్పియున్నాడు" (పు॰94)

ఈవ్రాతలో వెల్లడింపబడిన యంశములు రెండు; వ్యాసుడు భారత మన్యాయముగా రచించి దానికై తాను చింతించి నారదోపదేశమున భాగవతము రచించియుండె నని యొకటి. ఆచింతచేతనే సుయోధనునకు స్వర్గసౌఖ్యప్రాప్తిని చెప్పి పాండవులకు గొంతకాలము నరకప్రాప్తిని జెప్పెనని యొకటి. వీనిని గ్రమముగా బరిశీలింతము.

భారతకథలో దుర్యోధనపక్ష మొకటియు, పాండవపక్ష మొకటియు కలదు మ. భా. చ కారులు, 'న్యాయ మన్యాయముగా వ్రాసె' నను మాట దుర్యోధనపక్షమును గూర్చి యన్నట్లున్నది మ. భా చ. కారులకుగూడ మహాభారతమునుబట్టి దుర్యోధనపక్ష మన్యాయముగా బ్రవర్తించినట్లర్థమైన దన్నమాటే. కాని దుర్యోధనాదు లన్యాయముగా బ్రవర్తించినట్లు మహర్షి వ్రాసెనేకాని వారు న్యాయముగనే ప్రవర్తించినారని వీరికల్పన. ఈకల్పన కాధార మేమో?

యీచరకసంహితావచనములు చెప్పుచున్నవి. చూడుడు —

"ఆప్తా స్తావత్ —

రజస్తమోభ్యాం నిర్ముక్తా స్తపోజ్ఞానబలేన యే ।
యేషాం త్రికాల మమలం జ్ఞాన మవ్యాహతం సదా ॥
ఆప్తా శ్శిష్టా విబుద్ధా స్తే తేషాం వాక్య మసంశయమ్ ।
సత్యం వక్ష్యన్తి తే కస్మా దసత్యం నీరజస్తమాః ॥"

అనగా— తపోబలజ్ఞానబలములచే నెవ్వరు రజస్తమస్సుల నంతరింపజేసికొనినారో, నిర్మలమైన త్రికాలజ్ఞాన మవ్యాహతముగా నెవ్వరికి గలదో, అజ్ఞానులు అశిష్టులు ఆప్తులు వారివాక్యము నిస్సంశయము రజస్తమోరహితులై శుద్ధసత్త్వసంపన్నులైనవారు సత్యమే చెప్పుదురు అసత్యము జెప్పరు. అని భావము

ఇప్పుడు మహాభారతమం దున్నది ప్రమాణమా? మ. భా. చ. కారు లన్నది ప్రమాణమా? ఆతపోబలజ్ఞానబలములు మహర్షి కున్నవా? మ. భా. చ. కారుల కున్నవా? ఆత్రికాలజ్ఞానము మహర్షిదా? మ. భా. చ. కారుల దా? ఆరజస్తమోరహితుడు మహర్షియా? మ. భా. చ. కారులా? ఆఅసత్యమాడనివాడు మహర్షియా? మ. భా. చ. కారులా? మనకట్టి యాప్తుడు మహర్షియా? మ. భా. చ. కారులా? కనుక ప్రతివాదుల వ్రాత సేయుదురు.

భాగవతము రచించెనట! వీరన్నదే నిజమైనయెడల వ్యాసుడు చిం
తించినట్లున్న గ్రంథములో నేను వ్యత్యాసము జేసి వ్రాసితినని చింత
పడిన ట్లుండవలెను నీవావ్యత్యాసము జేయునేల ఈచింతపడనేలయని
నారదుడు మందలించిన ట్లుండవలెను ఆచింతమీాదనే వ్రాసిన భాగ
వతములో దుర్యోధనాదులది న్యాయమని, పాండవులు దన్యాయ్యులని
యాయాప్రసంగములలో జెప్పియుండవలెను

వ్యాసమహర్షిచింత యిట్లుండనప్పుడును, నారదమహర్షి
యిట్లు మందలింపనప్పుడును, దుర్యోధనాదులను గూర్చి భాగవతమం
దట్లు చెప్పనప్పుడును ఈప్రతివాదులవ్రాతలు త్రోసివేతయేకద ఇంక
జూడుడు—వ్యాసమహర్షి చింతించినట్లున్నగ్రంథము శ్రీమద్భాగ
వతము అందిట్లున్నది

సూతః—

"స్త్రీశూద్రద్విజబన్ధూనాం త్రయీ న శ్రుతిగోచరా ।
కర్మశ్రేయసి మూఢానాం శ్రేయ ఏవం భవేదిహ ॥
ఇతి భారత మాఖ్యానం కృపయా మునినా కృతమ్ ।
ఏవం ప్రవృత్తస్య సదా భూతానాం శ్రేయసి ద్విజాః ॥
సర్వాత్మకేనాపి యదా నాతుష్యద్ధృదయం తతః ।
నాతిప్రసన్నహృదయః సరస్వత్యాస్తటే శుచౌ ॥
వితర్కయన్ వివిక్తస్థ ఇదం చోవాచ ధర్మవిత్ ।

అసంపన్న ఇవాభాతి బ్రహ్మవర్చస్య సత్తమ ।

కింవా భాగవతా ధర్మా న ప్రాయేణ నిరూపితాః ।

ప్రియాః పరమహంసానాం తఏవ హ్యచ్యుతప్రియాః ।" స్క1 అ4

ఇచ్చట సూతు డిట్లు చెప్పెను — శ్రేయస్సాధనమైన కర్మమార్గమందు మూఢత్వము వహించినవారికి గూడ మహాభారత మూలమున శ్రేయస్సు కలుగవలె నని యెంచి మహర్షి లోకానుగ్రహబుద్ధితో మహాభారతమును రచించినప్పటికిని హృదయమునకు సంతుష్టి యేర్పడక సరస్వతీనదీతీరమందలి పవిత్రప్రదేశమందు గూర్చుండి మహర్షి యిట్లనుకొనెను — నియమపూర్వకముగా వేదములు, గురువులు, అగ్నులు నాచే నిష్కపటముగా నారాధింపబడినవి సర్వసామాన్యముగా ధర్మాదు లవగతము లగునట్లు భారతగ్రంథముతో వేదార్థము వివరింపబడినది అయినను నాకు బరమాత్మతాదాత్మ్యము కలుగకున్నది కార్యశేష మున్నట్లున్నది పరమహంసప్రియములైన భాగవతధర్మములు బహుళముగా నిరూపింపబడలే దనియేమో! అని

ఇది యీగ్రంథతాత్పర్యము ఇందు మ భా. చ గారు లన్నట్లు మహర్షి భ్రాంతిములో తాను వ్యర్థముగా వ్రాసితి నని చింతింపలేదు పరికదా శ్రేయస్కరమైన గ్రంథము రచించితి ననియే యనుకొనెను. ఇతి నారదమహర్షి ప్రసంగము జూతము—

యథా ధర్మాదయ శ్చార్థా మునివర్యాఽనువర్ణితాః ॥
న తథా వాసుదేవస్య మహిమా హ్యనువర్ణితః ।''

సర్వార్థోపబృంహితమై, మంగాత్తరమై, యద్భుతమైన భారతము రచించుటచే నీకపేక్షితార్థసిద్ధియైనది ఐనను నీవు కృతార్థునివలె జింతించుచున్నావు.

నీవు భగవానుని మహిమను ధర్మాదులనువలె వర్ణింపలేదు. అని నారదమహర్షి వ్యాసమహర్షితో బ్రసంగించెను. ఇందుగూడ నీవు భారతమును వ్యాఖ్యానముజేసి వ్రాసినావని మందలింపలేదు పరికదా నీవుత్తమగ్రంథమును వ్రాసినావనియే నారదమహర్షి శ్లాఘించెను

ఇక భాగవతములో, నేప్రసంగములయందైనను కౌరవుల న్యాయము, పాండవుల అన్యాయము జెప్పినట్లున్నదేమో చూచుట మిగిలియున్నది కుంతీదేవి- శ్రీకృష్ణస్తవము జేయునపు డిట్లు ప్రసంగించెను—

“యథా హృషీకేశ ఖలేన దేవకీ
కంసేన రుద్ధా సుచిరం శుచార్పితా ।
విమోచితాఽహంచ సహాత్మజా విభో
త్వయైవ నాథేన ముహు ర్విపద్గణాత్ ॥

కంటె నెక్కువగా నున్న, నాబిడ్డలను, ఎన్నిసారులో ననేకవిపత్తుల నుండి యుద్ధరించినావు, నాడు భీమునకు పెట్టబడిన విషాన్నము నుండి రక్షించినావు, లక్కయింటినుండి కాపాడినావు, హిడింబాదిరాక్షసుల నుండి కాచినావు; ద్యూతసభనుండి తేల్చినావు, వనవాసక్లేశములను వదల్చినావు, మహారథుల యస్త్రజ్వాలలనుండి రక్షించినావు ఈకుంతీదేవి మాటలు భారతోక్తములైన దుర్యోధనాదుల దుశ్చేష్టలనే యుట్టంకించుచున్నవి

శరతల్పగతుడై భీష్ముడు ధర్మరాజాదులతో నిట్లనును—

“అహో కష్ట మహోఽ న్యాయం యద్యూయం ధర్మనందన ।
జీవితుం నార్హథ క్లిష్టం విప్రధర్మాచ్యుతాశ్రయాః ॥” (స్క-1 అ9)

ధర్మజా! విప్రులను, ధర్మమును, అచ్యుతు (శ్రీకృష్ణు) నాశ్రయించియున్న మీకు జీవించుట కర్హత లేకపోయెను. ఎంత కష్టము. ఎంత యన్యాయము

ఈభీష్ముని మాటలు భారతోక్తమైన పాండవుల న్యాయప్రవృత్తినే వెల్లడించుచున్నవి.

విదురమైత్రేయసంవాదోపక్రమములో శ్రీశుకుడిట్లు చెప్పెను—

“ద్యూతే త్వధర్మేణ జితస్య సాధో
స్సత్యావలంబస్య వనంగతస్య ।

చింప దామసుడై యివ్వలేను. అని.

ఈమాటలు పాండవుల యోగ్యతను, కౌరవుల అయోగ్యతను భారతోక్త ప్రకారమే తెలుపుచున్నవి. ఇట్లేఅనేకస్థలములయుందున్నది.

దీనిని బట్టి భారతమందు యెట్లు చెప్పెనో అట్లే భాగవతమందుగూడ కౌరవుల అన్యాయమును, పాండవుల న్యాయమును ఆయా ప్రసంగములలో మహర్షి చెప్పియే యుండుటచే 'ద్విర్బద్ధం సుబద్ధం భవతి' అన్నట్లు కౌరవుల అన్యాయ్యప్రవృత్తియు, పాండవుల న్యాయ్యప్రవృత్తియు స్థిరపడినది కనుక నక్రిమమైన మ భా. చ. కారుల వ్రాత కింక త్రోసివేతయే. భాగవతము వ్యాసకృతమని యున్న యీవ్రాతచే నది బోపదేవకృతమను తమ వ్రాతకు గూడ త్రోసివేతయే.

అంశాంతరము జాతము—

—•దుర్యోధనస్వర్గ, పాండవనరకవృత్తాంతము•—

మ. భా. చ. కారుల వ్రాతలో మిగిలిన యంశ మిది— 'భాగవతము రచించియు, మన సింకను బాధించుటచే గాబోలును! సుయోధనునకు స్వర్గసౌఖ్యప్రాప్తిని, పాండవులకు గొంత కాలము నరకప్రాప్తిం గూడ బిమ్మట జెప్పియున్నాడు.

సుయోధనునకు స్వర్గము స్వర్గారోహణపర్వమందును జెప్పబడె

స్థునకు గాని రాదని యూహించి దుర్యోధనునిది న్యాయమెయనియు, పాండవుల దన్యాయ మనియు వ్రాసినారు. ప్రతివాదుల కిప్పుడు ఆ స్వర్గనరకముల సంస్థితిని వెల్లడింతము— దుర్యోధనునకు యుద్ధమర ణమును బట్టి వచ్చిన స్వర్గము గాని, ధర్మాత్ము డని వచ్చిన స్వర్గము కాదు. గ్రంథసందర్భ మిట్లున్నది.—

మనుష్యశరీరముతోడనే స్వర్గమునకు వెళ్ళిన ధర్మజుడు ఆసనా సీనుడై యచ్చట గూర్చుండి యున్న దుర్యోధనుని జూచి యిట్లనెను.

"ఎవ్వని మూలమున వనవాసులమై, కష్టపడిన మాచే సుహృ ద్బాంధవవర్గము యుద్ధమున హతమైనదో, ఎవ్వనివలన ధర్మచారిణి యగు ద్రౌపది మహాసభ కీడ్వబడినదో అట్టి యీ దుర్యోధనుని మొ గము నే జూడను" ఇట్లనగా నారదు డిట్లనెను—

'యుధిష్ఠిర! మహాబాహో! నైవం వాచః కథంచన ।
దుర్యోధనం ప్రతి నృప! శృణు చేదం వచో మమ ॥
ఏష దుర్యోధనో రాజా పూజ్యతే త్రిదశై స్సహ ।
సద్భి శ్చ రాజప్రవరై ర్య ఇమే స్వర్గవాసినః ॥
వీరలోకగతిం ప్రాప్తో యుద్ధే హుత్వాఽఽత్మన స్తనుం ।
"స ఏష క్షత్రధర్మేణ స్థాన మేత దవాప్తవాన్ ।
భయే మహతి యోఽభీతో బభూవ పృథివీపతిః ॥
న తన్మనసి కర్తవ్యం పుత్ర! యద్ద్యూతకారితమ్ ।

లందరు యుద్ధమందు శరీరములు విడిచి వీరస్వర్గము నొందినవారు. ఈ దుర్యోధనుడు భయంకరసమయములో నిర్భయుడై క్షత్రధర్మమైన యుద్ధమరణముచే నీస్థానము నొందెను. ద్యూతమందుగాని, ద్రౌపదీ విషయమైగాని, మరెప్పుడుగాని మీకు జ్ఞాతులచే నేయేకష్టములు కలిగింపబడినవో వానిని స్మరింపవద్దు. అని

అంతట ధర్మజుడు- అనుజులను, ద్రౌపదిని జూడదలచి దేవదూతను పురస్కరించుకొని వెళ్ళుచుండగా సమీపములో నరకయాతనలనుభవించు వారి యాక్రందనధ్వనులు వినబడెను తన యనుజులును, ద్రౌపదియు బాధలు పడుచున్నట్లు గోచరించెను. అప్పుడు దుఃఖితుడై ఆశత్రువునకు స్వర్గము, అనుజులకు నరకమునా? అని క్రుద్ధుడై ధర్మమును గర్హించి, దేవతలను గర్హించి చీకాకుపడుచుండ నచ్చటి కింద్రుడును ధర్మదేవతయు సపరివారముగా వచ్చిరి. ఆక్షణమందే ఆనరకయాతనలు, ఆయార్తనాదములు అదృశ్యమైనవి. అప్పుడింద్రు డిట్లనును—

"నచ మన్యు స్త్వయా కార్య శ్శృణు చేదం వచో మమ।
అవశ్యం నరక స్తాత ద్రష్టవ్య స్సర్వరాజభిః॥
శుభానా మశుభానాంచ ద్వౌ రాశీ పురుషర్షభ।
యః పూర్వం సుకృతం భుఙ్క్తే పశ్చా న్నిరయమేవ సః॥
పూర్వం నరకభాగ్యస్తు పశ్చా త్స్వర్గ ముపైతి సః।

[illegible]

వ్యాజేనైవ తతో రాజన్ దర్శితో నరక స్తవ ।
యథైవ త్వం తథా భీమ స్తథా పార్థో యమౌ తథా ॥
ద్రౌపదీచ తథా కృష్ణా వ్యాజేన నరకం గతాః ।”

యుధిష్ఠిరా! ఆగ్రహింపకుము. రాజుల కందరకును నరక దర్శనము తప్పదు శత్రువునకు స్వర్గము, అనుజులకు నరకమునా? అని విషాదపడకుము పుణ్యరాశి యొకటి, పాపరాశి యొకటి. ముందు పుణ్యఫలమైన స్వర్గ మనుభవించినవాడు తరువాత పాపఫలమైన నరక మనుభవించును. ముందు నరక మనుభవించినవాడు తరువాత స్వర్గ మనుభవించును ఆ పుణ్యపాపములలో నేది యల్పమైయుండునో దాని ఫలము ముందును, ఏది యాధిక్యమై యుండునో దాని ఫలము తరువాతను అనుభవింపబడును. పాపకర్మఫల మత్యధిక కాల మనుభవింప వలసినవానికి అల్పకాలానుభవనీయమైన స్వర్గము ముందు ప్రాప్తించును నీవశ్వత్థామవిషయమై ద్రోణునకు జెప్పునప్పుడు ‘హతః కుంజరః’ అని గజవాచకశబ్దమును పురుషపరముగా వ్యాజముతో దెలుపుటవలన నీకును వ్యాజముచేతనే నరకము ప్రదర్శింపబడినది. నీవువలెనే అనుజులకును, ద్రౌపదికిని ప్రదర్శింపబడినది, అని.

ఈగ్రంథసందర్భమును బట్టి దుర్యోధనునకప్పుడు ప్రాప్తించిన స్వర్గము యుద్ధమరణమూలకమే అనియు, నది స్వల్పకాలానుభవనీయమే

...ధర్మరాజుతో యిట్లు చెప్పెను.

"విశుద్ధోఽసి మహాభాగ సుఖీ విగతకల్మషః ।
నచ తే భ్రాతరః పార్థ నరకార్హా విశాంపతే ॥
న కృష్ణా రాజపుత్రీ చ నరకార్హా కథంచన ।
మాయైషా దేవరాజేన మహేన్ద్రేణ ప్రయోజితా ।
అవశ్యం నరకా స్తాత ద్రష్టవ్యా స్సర్వరాజభిః ।
తత స్త్వయా ప్రాప్త మిదం ముహూర్తం దుఃఖ ముత్తమమ్ ॥"

మహనీయా! నీవు నిష్కల్మషుడవై పరిశుద్ధుడ వైతివి నీసోదరులు కాని, ద్రౌపదికాని నరక మనుభవింపదగినవారు కారు. మాయామాత్రమైన యీదృశ్య మింద్రునిచే గల్పింపబడినది నరకదర్శనము తప్పని దగుటచే నీవీముహూర్తకాలము దుఃఖము నొందితివి. ఇట్లు చెప్పి ఆకాశగంగాస్నానపూర్వకముగా దివ్యదేహము ప్రాప్తింపజేసెను

ఇట్లుండుటచే పాండవులు, ద్రౌపదియు నరకార్హులు కారని యే స్పష్టమైనది. ప్రతివాదు లాదుర్యోధనుని మహాస్వర్గప్రాప్తిని జూచి యెట్లు ప్రవర్తించినను దుర్యోధనదృష్టాంతముచే స్వర్గము వచ్చు నని భ్రాంతిపడరానిదియు, నాతని దుష్ప్రవృత్తి ఫలము ముందున్నదనుటచే దానికి భయపడవలసినదే యనియు, తెలిసికొనవలసి యున్నది. ఆదుర్యోధనస్వర్గమును బట్టి దుర్యోధనునిది న్యాయమే యను దుర్భ్రమ

మ. భా. చ. కారుల వ్రాత యిట్లున్నది — "జయము రచించిన వ్యాసుడు పాండవహితు డగుటచేతను, భారతమును రచించిన వైశంపాయనుడు, అర్జునపౌత్రు డగు జనమేజయున కిష్టముగా భారతగాథను జెప్పవలసివచ్చుటచేతను, సౌతి కృష్ణద్వైపాయనుని శిష్యపుత్రు డగుటచేతను, సంస్కృతమహాభారతము సుయోధనాపకర్షముగా రచింపబడె నని తిరిగి చెప్పవలసి యున్నది.

ఆంధ్రకృతభారతములో - నన్నయ కేవలము పాండవవంశసంభూతుడ నని చెప్పుకొను రాజనరేంద్రునకు గృతి నిచ్చుటచేతను, తిక్కన, యెఱ్ఱనలు సూర్యచంద్రవంశస్థు లగు రాజుల నాశ్రయించువారే యగుటచేతను, ఆంధ్రభారతములో గూడ దుర్యోధనయశోపకర్షణమె వర్ణింపబడెను" (పు 268)

ప్రతివాదులు సంస్కృతమహాభారతమునకు ముగ్గురు కర్తలను కల్పించి, యందు వ్యాసుడు పాండవహితు డని, వైశంపాయనుడు కథ వినెడి జనమేజయున కిష్టముగా జెప్పినవా డని, సౌతి వ్యాసశిష్యుని పుత్రుడే యని, యీ కారణముచే నాగ్రంథము సుయోధనాపకర్షముగా రచింపబడె నని తిరిగి చెప్పవలసియున్నదని యనుచున్నారు.

వీరి కిప్పుడు సౌతివైశంపాయనులు మహాభారతమును వినిపించినవారే కాని రచించినవారు కారనియు, భవిష్యద్గాథతో మహాభా

ఆంధ్రభారతకర్తలగు నన్నయాదులు వేదవ్యాసభారతము నాంధ్రీకరించినవారగుటచే యథార్థమైన మూలము ననుసరించి వారు వ్రాసియుండ నన్నయాదులపై దోషారోపణము జేయుట దుర్న్యాయము.

ఒకని నాశ్రయించి యున్నవాడు ప్రమాణవిరుద్ధమైనను అతని యిష్టప్రకారమే గ్రంథమును సాగింపవలె ననునది మ. భా. చ. గారుల కనుభవసిద్ధమేమో కాని ప్రమాణబద్ధులైన నన్నయాదుల లక్షణమది కాదు. వారిచే నాంధ్రీకరింపజేసిన రాజనరేంద్రాదిప్రభువులు గూడ వేదవ్యాసమహాభారతప్రతిపాదితార్థమునే చెప్పవలసిన దని కోరినవారు కాని తమ కిష్టమైనట్లు వ్రాయవలసిన దన్నవారు కారు. రాజనరేంద్రుడు నన్నయార్యునితో నేమని చెప్పినట్లున్నదో చూడుడు!

క. జననుత కృష్ణద్వైపా
యనమునివృషభాభిహితమహాభారతబ
ద్ధనిరూపితార్థ మేర్పడ
దెనుగున రచియింపు మధికధీయుక్తి మెయిన్

దీనిని బట్టి సంస్కృతభారతము నాధారముగా జేసికొని యాంధ్రీకరించి యున్న నన్నయాదులపై 'ప్రభుప్రీతికై దుర్యోధనయశోవర్ణనము వర్ణించినారు' అను దోషము నాపాదించుట దుర్న్యాయము కాక మరేమగును? కనుక ప్రతివాదుల వ్రాత హేయము.

[illegible]

ఆం. భా. చ. కారులవ్రాత యిట్లున్నది— "దుర్యోధనునిపై గల యీర్ష్యను మహాపతివ్రత యగు గాంధారిపై గూడ వ్యాసాదులు కొంత దొరలించి యామె తనతోడికోడలగు కుంతి బిడ్డల గనుచున్నదని తాను కడుపు బాదుకొని మాంసఖండము గనినదని ప్రకృతివిరుద్ధపుగాథ నొకదాని గల్పించిరి అట్టిది తోడికోడల సంతతి జూచి కడుపు బాదుకొనునా?" (పు 268)

వ్యాసాదులకు దుర్యోధనునిపై యీర్ష్యయట. ఆయీర్ష్యను వారు గాంధారిపై గూడ దొరలించిరట వ్యాసాదు లనగా సంస్కృతాంధ్రమహాభారతకర్తలన్నమాట ఈప్రతివాదులు వెనుక 'సంస్కృతాంధ్రభారతములు సుయోధనాపకర్షముగా రచింపబడినవి' అనుటకు హేతువులు 'వ్యాసుడు పాండవహితు డగుట, మిగిలినవారు ప్రభుప్రీతి నపేక్షించినవా రగుటయు, నని చెప్పిరేకాని వ్యాసాదులకు దుర్యోధనునియందుగల యీర్ష్య యని చెప్పలేదు. ఇక్కడ జెప్పిన యీర్ష్యనే అక్కడ జెప్పినయెడల నన్ని కుకల్పనలు ప్రతివాదుల కవసరము లేకపోవును

వ్యాసమహర్షికి దుర్యోధనునియం దీర్ష్య యని ప్రతివాదులనుట నింద్యము. మహర్షి పాండవులకు దోడ్పడిన విషయము నిరూపించినపు డుదాహరింపబడిన శక్రసురభిసంవాదవచనము, వేదవ్యాసవచనమును మఱియొకసారి చూడుడు—

నియం దున్న దయాధిక్యమును బట్టి యున్నులయం దీర్ష్య యన వచ్చునా?

వ్యాసః—

"పాండో స్సుతా యాదృశా మే తాదృశా స్తవ భారత!
దీనా ఇతీవ మే బుద్ధి రభిపన్నాఽద్య తాన్ ప్రతి ।"

'ధృతరాష్ట్రా! నాకు పాండుపుత్రు లెట్టివారో, నీ పుత్రులు నట్టివారే. వా రాపన్నులై యుండిరని యిప్పుడు నాబుద్ధి వారియందు సంసక్తమైనది' అని మహర్షి చెప్పినమాట. ఇట్లుండ దుర్యోధనుని యం దీర్ష్య యనుట లోకజ్ఞానశూన్యతను వెల్లడించుచున్నది.

వ్యాసుడు మహాపతివ్రత యగు గాంధారిపై గూడ నీర్ష్యవహించెనట. కుంతి బిడ్డల గనుచున్నదని యామె తన కడుపు బాదుకొనెనని వ్రాసెనట. గాంధారి మహాపతివ్రత యని చెప్పినవాడును, ఆమె గర్భతాడనము జేసికొనె నని చెప్పినవాడును గూడ మహర్షియే. మహాపతివ్రత యనుటలో లేని యీర్ష్య గర్భతాడనకథనములో వచ్చిపడెనా? ఆగర్భతాడనప్రస్తావ మెట్లున్నదో చూడుడు—

"క్షుచ్ఛ్రమాభిపరిగ్లానం ద్వైపాయన ముపస్థితమ్ ।
తోషయామాస గాంధారీ వ్యాస స్తస్యై వరం దదౌ ।
సా వవ్రే సదృశం భర్తుః పుత్రాణాం శత మాత్మనః ।

అజ్ఞాతం ధృతరాష్ట్రస్య యత్నేన మహతా తతః।
సోదరం ఘాతయామాస గాంధారీ దుఃఖమూర్ఛితా॥" ఆది.అ 15

ఒకప్పుడు వ్యాసమహర్షికి గాంధారి శుశ్రూష జేసి యామహర్షిని తనకు నూర్గురు పుత్రులు కలుగునట్లు వర మిమ్మని కోరెను. మహర్షి యట్లే వర మిచ్చెను. తరువాత నామె ధృతరాష్ట్రునివలన గర్భవతి యయ్యెను ఆగర్భమును ఆమె రెండు సంవత్సరములు ధరించియుండియు పుత్రోత్పత్తి కాక దుఃఖపడెను. కుంతీదేవికి పుత్రుడు పుట్టుట విని తన గర్భము కదలిక లేక స్థిరమై యుండుటను జూచి చింతించి దుఃఖాతిరేకమున గర్భతాడనము జేసికొనెను. అని తాత్పర్యము.

దీనిని బట్టి చిరకాలగర్భధారణక్లేశ మనుభవించుచున్న గాంధారికంటె ముందుగా కుంతీదేవికి పురుడు వచ్చుటను బట్టియు, తనకు పురుడు వచ్చు సూచన గోచరింపకుండుటనుబట్టియు పరితాపము హెచ్చి యట్లు చేసినదని తెలియుచున్నది. గర్భవతులకు గాలాతిక్రమణమైనకొలది భారముచే క్లేశము కలుగుచుండుటయు, నందులో నొకరు ప్రసవించినపుడు తమ కట్టి ప్రసవసమయము రాకపోయెనని దిగులు పడుచుండుటయు సహజము. అట్టి దిగులే గాంధారికి సంభవించినది. ఆపై గర్భమునకు చలనము కూడ లేకున్నపుడు ఆమె కెంతయైన పరితాపముండును కనుక ప్రతివాదులు 'కుంతి బిడ్డల గనుచున్న దని గాంధారి కడుపు బాదుకొనె' నని వ్రాయబడినట్లు తెలుపుట అక్రమము.

తతో౽బ్రవీ త్సౌబలేయీం కి మిదంతే చికీర్షితమ్ ।
సా చాత్మనో మతం సత్యం శశంస పరమర్షయే ॥
జ్యేష్ఠం కుస్తీసుతం జాతం శ్రుత్వా రవిసమప్రభమ్ ।
దుఃఖేన పరమే ణేద ముదరం ఘాతితం మయా ॥
శతంచ కిల పుత్రాణాం వితీర్ణం మే త్వయా పురా ।
ఇయం చ మే మాంసపేశీ జాతా పుత్రశతాయ వై ॥''

టీ—లోహాష్ఠీలా=లోహమయా గండికా, తద్వత్సంహతా= కఠినా,

గర్భతాడనమువలన లోహఖండము వలె కఠినమైన మాంసపేశి బహిర్భూతము కాగా రెండుసంవత్సరములు కుక్షియం దుండి తుద కారూపముతో వెలువడిన మాంసపేశిని పారవేయుటకు గాంధారి యత్నించుసంతలో వ్యాసభగవానుడు తెలిసికొని ప్రత్యక్షమై మాంస పేశిని జూచి గాంధారీ! నీవిట్లు చేసితి వేమని యడుగ ముందుగా కుంతీదేవి ప్రసవించి చక్కని పుత్రుని కన్నదని విని నే నిట్లే యుండి పోతి నని పరమదుఃఖముచే గర్భతాడనము జేసికొంటి నని సత్యము చెప్పి మహర్షీ! నాకు నూర్గురు పుత్రులు కలుగుదు రని వరమిచ్చితివి. దానికి బదులు నాకీమాంసపేశి కలిగినది. అని పలుకగా మహర్షి—

''ఏవ మేత త్సౌబలేయి నైత జ్జా త్వన్యథా భవేత్ ।
వితథం నోక్తపూర్వం మే స్వైరేష్వపి కుతో౽న్యథా ॥'';

[illegible]

"తాం మాంసపేశీం భగవాన్ స్వయమేవ మహాతపాః ।
శీతాభి రద్భి రాసిచ్య భాగం భాగ మకల్పయత్ ॥
"యో యథా కల్పితో భాగ స్తం తం ధాత్ర్యా తథా నృప ।
ఘృతపూర్ణేషు కుండేషు ఏకైకం ప్రాక్షిప త్తదా ॥" (ఆది అ116)

ఈకథాసందర్భము జూడగ, గాంధారిచే నారాధింపబడినవాడును, గాంధారికి పుత్రశతవర మిచ్చినవాడును, ఆ మాంసపేశిని స్వహస్తములతో విభజించి యిచ్చి పుత్రుల నావిర్భవింపజేసినవాడును వ్యాసభగవానుడే యని స్పష్ట మగుచుండ నామహర్షికి గాంధారియం దీర్ష్య యనియు, నది దుర్యోధనుని యందలి యీర్ష్యనుబట్టి కలిగిన దనియు నున్న ప్రతివాదులవ్రాత నింద్యము. దుర్యోధనుడు పుట్టక పూర్వము పుట్టినది మాంసపేశి అది గర్భతాడనమునుబట్టి పుట్టినది. ఆగర్భతాడనకథనములో 'దుర్యోధనునియందు గల యీర్ష్యను గాంధారియందు దొరలించెను' అన్న ప్రతివాదులకు వెఱ్ఱియా? బుద్ధియా?

కడుపు బాదుకొని మాంసఖండము గనినదను ప్రకృతివిరుద్ధపుగాథ నొకదానిని కల్పించిరట 'ప్రకృతిసిద్ధ మిదం హి దురాత్మనామ్'' అన్నారుకనుక నందఱప్రకృతులు నొకవిధమైనవి కావు. అందుచే ప్రతివాదుల ప్రకృతికి విరుద్ధమైనను యున్యుల ప్రకృతి కది యవిరుద్ధమే.
ఈస్కాందపురాణవచనములను కూడ జూడుడు ...

అయుక్త మపి యత్కర్మ యుజ్యతే నాత్ర సంశయః ||"

అనగా, నీప్రపంచ మంతయు మాయామయము. క్షణభంగురమైన యీసంసారమం దేమూలనో పుట్టిపోవువారికి సంభావ్య మేమి? అసంభావ్య మేమి? అనిరూప్యము, అభూతపూర్వము నైనది మాయచే స్ఫుటముగా గలుగుచున్నది అట్టిమాయ యీశ్వరున కధీనము. ఆ యీశ్వరుని చర్య యెవ్వని కెరుక? దేవతలయొక్కయు, మహర్షుల యొక్కయు శాపముచేగాని, వరముచేగాని అఘటితఘటన జరుగును. సంశయము లేదు. అని భావము

కనుక, మాంసపేశి కలిగిన దనుట ప్రకృతివిరుద్ధ మను ప్రతివాదులకు శాస్త్రజ్ఞానము, తన్మూలకమగు లోకజ్ఞానము లేనందున వారి వాత్రి హేయము

ఇట్లు పూర్వోక్తప్రకారము వ్యాసమహర్షి యనుగ్రహమున గాంధారికి దుర్యోధనాదిపుత్రశతము నొకగర్భముననే యీమాంసపేశి నుండి జన్మించె నని తెలిసినది. ఈశ్లోక మందీవిషయమును చెప్పబడినది.

"కథితో ధార్తరాష్ట్రాణా మార్షః స్వంభవ ఉత్తమః |
అమనుష్యో మనుష్యాణాం భవితా బ్రహ్మవాదినా |"

టీ|| ఆర్షః=ఋషిప్రసాద హేతుకః, అమనుష్యః=మనుష్యేష్వదృష్టః, యోగ ఎద్భుతానాం జనాత్ || ఈ శ్లోకవిషయముచే_

—గాంధారీపుత్రుల కపార్థముల నిచ్చు నామములను వ్యాసాదులే పెట్టి రను ప్రసంగము—తన్నిరాకరణము—

మ భా చ. కారుల వ్రాత యిట్లున్నది— "గాంధారీపుత్రుల కపార్థముల నిచ్చు దుర్ముఖాదినామములను వ్యాసాదులు కల్పించి యుందు రని తలతును నామకరణముల జేయునపుడు గృహ్యసూత్రకారులు శుభచిహ్నముగా నుంపు మనిరే కాని యశుభచిహ్నముగా నుంపు మనలేదు. పెంటయ్య మొదలగు నవీననామములును, శునశ్శేపాదిప్రాచీననామములును, కారణాంతరముచే బెట్టబడియుండును. వ్యాసాదులు దుర్యోధనుపక్షము గ్రిందుపరచు రీతిని వ్రాసిన ప్రక్రమముం గమనింప కుండాశ్యాదినామములు వ్యాసకృత మగుసని చెప్పవలసియున్నది." (పు. 269)

ఈ మ. భా. చ కారులే గాంధారీధృతరాష్ట్రుల కౌసరపుత్రులు నలువురే యనియు, వారు దుర్యోధన, దుశ్శాసన, వికర్ణ, చిత్రసేను లనియు, మిగిలిన 96 గురు స్వయందత్తాదు లనియు వెనుక వ్రాసి యున్నారు (పు. 105)

ఇప్పు డిచ్చట గాంధారీపుత్రుల కపార్థ మిచ్చు దుర్ముఖ కుండాశ్యాదినామములను వ్యాసుడు కల్పించె నని వ్రాసినారు. ఆదుర్ముఖకుండాశ్యాదినామధారులు ప్రతివాదుల వ్రాతను బట్టి గాంధారీ

సిద్ధులైయున్న దుర్ముఖాదులకు ఆనామములు కల్పించుటా?

ఇంకొకటి— దుర్యోధన దుశ్శాసననామములను వారి తల్లి తండ్రులే పెట్టుకొనియున్నట్లు దుర్ముఖాదినామములు వారల తల్లిదండ్రులే పెట్టుకొనినవి యేల గావు? ఇంకొకటి దుర్ముఖాదినామములు వ్యాసకల్పితము లనువారు వారి కసలు తల్లితండ్రులుచేసిన నామకరణ మేదో చెప్పగలరా? శునశ్శేఫాదినామములకు ప్రతివాదు లేకారణాంతర మెన్నుదురో అదియే యీదుర్ముఖాదినామములకు గూడ గారణ మేల గాదు? కనుక నీప్రతివాదుల యసందర్భపు వ్రాత నింద్యము.

—•పరాశరుడే సమస్తపురాణప్రవర్తకుడు కాని కృష్ణద్వైపాయనుడు కాడను ప్రసంగము—లన్నిరాకరణము•—

సం. బా. చ. కారుల వ్రాత యిట్లున్నది— పరాశరుడే సమస్తపురాణప్రవర్తకు డని విష్ణుపురాణములో గలదు వ్యాసబిరుదముచే సమస్తపురాణకర్తృత్వము కృష్ణద్వైపాయనునకే స్థూలదృష్టిచే లోకము కట్టిపెట్టుచున్నది విష్ణుపురాణములోని ఈ యంశమును జెప్పు పరాశరవాక్యములగు రెండుపద్యముల నిట వ్రాయుచున్నాను—

మ. విను మైత్రేయ! మదీయశైశవదశావృత్తాంత మంభోరుహా
సనపుత్రుండు జగన్నుతుం డగు పులస్త్యబ్రహ్మ యేతెంచి మ

[illegible]

పై కారణములచే బురాణకర్త యగు వ్యాసుడు పరాశరుడే కాని కృష్ణద్వైపాయనుడు కాడు" (పు. 141)

ఆహా! కృష్ణద్వైపాయనుడు సమస్తపురాణకర్త యని లోక మనుచున్న దని జెప్పుచు నాతడు పురాణకర్త కాడను ప్రతివాదులు లోకాతీతు లన్నమాట. స్థూలదృష్టిచే లోక మనుచున్న దనుటవలన వీరికా స్థూలదృష్టి లేదన్నమాట పరాశరుడు పురాణకర్తయని చెప్పు పద్యములకు కృష్ణద్వైపాయనుడు పురాణకర్త కాడని యర్థ మన్నమాట. వీరికి లోకానుసరణముతో బని లేదన్నమాట ఆ విష్ణుపురాణములోనే ముం దేమున్నదో చూచుకొనవలసిన పని కూడ లేదన్నమాట. ఇదియే విమర్శకలక్షణ మన్నమాట కానిండు. మన మిప్పుడు లోక మనుచున్నది నిజమో, ఈ లోకాతీతు లన్నది నిజమో వారు చూపిన విష్ణుపురాణమును బట్టియే నిర్ణయింతము
చతుర్థాశ్వాసమం దిట్లున్నది—

ఈవైవస్వతమన్వంతరమునం దతీతము లయిన అష్టావింశతి (28) మహాయుగంబులలోని ద్వాపరయుగములందు గల వ్యాసులను మైత్రేయునకు పరాశరు డుపదేశించు ప్రస్తావములో—

"వజ్రనకుం డైన శక్తియును, నేనును, జాతుకర్ణుండును, మత్పుత్రుం డయిన కృష్ణద్వైపాయనుండును వేదవ్యాసరూపంబులు ధరించి

యుగములుగడచినవనియు, నొక్కొక్క ద్వాపరయుగమందొక్కొక్కతపో ధనుడు వేదవ్యాసుడగుచు పురాణములు రచించి యష్టాదశవిద్యలను లోకమున వ్యాపింపజేయుచుండు ననియు, పరాశరుని వెనుక నొక ద్వాపరమున వేదవ్యాసుడును, కృష్ణద్వైపాయను డీకలియుగమునకు వెనుకటి ద్వాపరమందు వేదవ్యాసుడును అయియుండెననియు స్పష్టమైనది. ఇప్పుడు పరాశరు డెట్లు సమస్తపురాణకర్తయో అట్లు కృష్ణద్వైపాయనుడును సమస్తపురాణకర్తయే. ప్రతివాదులు చూపిన పద్యములు పరాశరుడు పురాణకర్త యనునవే కాని కృష్ణద్వైపాయనుడు పురాణకర్త కాడనునవి కావు. ఇప్పుడు లోకమనుకొనుచున్నదే నిజమైనది. లోకము ననుసరింపని వారి పాట్లు తుద కట్టివే. దీని నింతమాత్రముతో విడిచి విషయాంతర మందుకొందము.

— బ్రహ్మసూత్రకర్త కృష్ణద్వైపాయనుడు కాడను ప్రసంగము —
తన్నిరాకరణము.

మ. భా. చ. కారుల వ్రాత యిట్లున్నది—“బ్రహ్మసూత్రకర్త యగు బాదరాయణుడు కృష్ణద్వైపాయనుడు కాడని లోకమాన్య తిలకుగారు గీతారహస్యములోను, శ్రీపురాణపంచమల్లయ్యశాస్త్రిగారాంధ్రబ్రహ్మసూత్రభాష్యపీఠికలోను స్పష్టపరచిన సంగతి జనులకు బ్రహ్మసూత్రకర్త్రు బాదరాయణసంబంధము సాత్యవతేయునకు లేదని తెలియును” (పు144)

ఈ ప్రతివాదుల మాట యెంతసత్యమో వీరుదాహరించిన

[illegible]
యేమియు విరోధ మండనేరదు. బ్రహ్మసూత్రములకు వ్యాససూత్రము లని చెప్పుట పరిపాటియై యున్నది" "శేషత్వాత్ పురుషార్థవాదో యథాన్యేష్వితి జైమినిః" అను వేదాంతసూత్రముయొక్క శాంకరభాష్యమునకు టీక చేయుచు 'జైమిని వేదాంతసూత్రకారులగు వ్యాసులకు శిష్యుడని యానందగిరి చెప్పెను. మఱియు నారంభమందు చేసిన మంగళాచరణములో సైతము "శ్రీమద్వ్యాసపయోనిధి ర్నిధి రసౌ" అని బ్రహ్మసూత్రములను వర్ణింపను... ఈవిషయములను మనస్సున నునిచికొని విచారించితిమేని మహాభారతమునకును, తదంతర్గతగీతలకును, విస్తృతమునందున్న పురాణములను వ్రాయుటయు, బ్రహ్మసూత్రములను రచించుటయు, [illegible] బాదరాయణు లగు వ్యాసులే చేసియుందురని యూహింపవచ్చును"

ఇది. తిలకుగారు గీతారహస్యములో స్పష్టపరచిన సంగతి. యిందులో బ్రహ్మసూత్రకర్త యగు బాదరాయణుడు వ్యాసు డన బడు కృష్ణద్వైపాయనుడే యని నిర్ణయింపబడినదికదా. గండవదానిని జూడుడు——

ఆంధ్రబ్రహ్మసూత్రభాష్యపీఠిక——"ఏదియెట్లున్నను సంప్రదాయజ్ఞులగు భాష్యవ్యాఖ్యాతలు సూత్రకర్త వ్యాసులే యని చెప్పుటచేతను, పౌరాణికులును వ్యాసబాదరాయణు లొక్కరే యని వ్యవహరించినట్లు కాన్పించుటచేతను వారిద్దరు నొక్కరే యనునిర్ణయము చేయ నలసియున్నది"

వారు 27-12-45 తేదినుండి ఆంధ్రపత్రికలో 'బాదరాయణుడు వ్యాసుడు కాడు' అను పేరతో వ్యాసములు ప్రకటించినారు. ఆవ్యాసములలోని విషయములు అసంగతములని నిరూపించుచు 'కల్పవల్లి' 'దివ్యవాణి' పత్రికలలో ప్రకటించితిని. తరువాత 4-5-47 తేదీ శ్రీ అన్నవరదేవస్థానమున విద్వత్సభలో సభ్యుల కోరికపై మువ్వురు మధ్యవర్తులను పురస్కరించుకొని వాదోపవాదతత్త్వనిర్ణయము చేయసంకల్పింపబడినది. అప్పుడు ఆంధ్రపత్రికలో ప్రకటించిన వ్యాసములనే వారు చదువగా, నేను ప్రకటించిన ఖండనవ్యాసములు నేను చదివి యూపై యనేకప్రమాణములను గూడ నప్పుడు ప్రదర్శించితిని. ఆవాదోపవాదముల స్వరూపము, ఆమధ్యస్థుల తీర్మానములు 'బ్రహ్మసూత్రకర్తృనిర్ణయము' అను గ్రంథమున విశదము కాగలవు కనుక బ్రహ్మసూత్రకర్త వేదవ్యాసమహర్షియే యనుటకు మనకు ప్రమాణము ప్రతివాదులు పరిగ్రహించిన గ్రంథములే యగుటచే నితోధికనిరూపణముతో పనిలేకపో ప్రతివాదుల వ్రాత నిరస్తమైనది.

వ్యాసభగవానుని ఘనత

మనమిప్పుడొకసారి వ్యాసభగవానుని ఘనత ననుసంధింతము వేదవిభాగము జేసెను, బ్రహ్మసూత్రములు నిర్మించెను, అష్టాదశమహాపురాణములు రచించెను, మహాభారతము ననుగ్రహించెను, తన యసాధారణతపశ్శక్తిచే ధృతరాష్ట్రాదులకు యుద్ధమృతుల జూపి పరస్పరసంభాషణాదుల జరపించెను, జాత్యంధునకు దృష్టి నప్పుడను గ్రహించెను, సంజయునకు యుద్ధమందలి యావద్వృత్తాంతము కర

www.ingramcontent.com/pod-product-compliance
Lightning Source LLC
LaVergne TN
LVHW020002230825
819400LV00033B/962